வள்ளுவர் இல்லம்

(சிறுவர்களுக்கான திருக்குறள் கதைகள்)

வள்ளுவர் இல்லம்

(சிறுவர்களுக்கான திருக்குறள் கதைகள்)

எண். சொக்கன்

கமர்கட் பிரசுரம்

Title: Valluvar Illam
Author's Name: N Chokkan

Published by Kamarkat

Kamarkat Prachuram
(An imprint of Zero Degree Publishing)
No.75 & 76, I Floor, Kuppusamy Street,
Balaji Nagar, Padi,
Chennai - 600050

Website: www.zerodegreepublishing.com
E Mail id: zerodegreepublishing@gmail.com
Phone: 89250 61999

Kamarkat First Edition: March 2026

ISBN: 978-93-47206-74-0

TITLE No. Kamarkat:33

Rs. 230/-

Cover Design & Layout: Vijayan, Creative Studio
Printed at Clictoprint, Chennai, India

உள்ளே

1. கண்ணுக்கு அலங்காரம்

'எல்லாரும் கிளம்பியாச்சா?' கேட்டுக்கொண்டே வீட்டினுள் நுழைந்தார் ரமேஷ்.

'நான் எப்பவோ ரெடி' என்றார் அவர் மனைவி கீதா, 'கண்ணன்கூட ரெடியாகிட்டான், ஆனா, இந்த ரம்யாதான் இன்னும் மேக்கப் டேபிளைவிட்டே எழுந்திருக்கமாட்டேங்கறா!'

'ஏய் ரம்யா' உள்ளே பார்த்துக் கத்தினார் ரமேஷ், 'இன்னும் என்ன அலங்காரம்? சீக்கிரமாப் புறப்படு!'

'வந்துட்டேன்ப்பா, இன்னும் அஞ்சே நிமிஷம்!'

உள்ளறையில் கண்ணாடிமுன் அமர்ந்திருந்த ரம்யா, தன் புருவங்களைத் திருத்திக் கண்ணுக்கு மை தீட்டிக்கொண்டிருந்தாள். எத்துணை நுணுக்கமாகச் செய்தும், அவளுக்குத் திருப்தி ஏற்படவில்லை.

ஐந்து நிமிடங்கள் பறந்தன, பத்து நிமிடம், இருபது நிமிடம்... ரமேஷுக்குப் பொறுமை தீர்ந்துபோய் இன்னொருமுறை கத்தியபிறகுதான் அவள் புறப்பட்டாள், அதுவும் அரை மனதாக.

அன்றைக்கு ரமேஷின் அலுவலகத்தில் ஆண்டு விழா. 'எல்லாரும் ஆறு மணிக்கு அங்கே இருக்கவேண்டும்' என்று

கண்டிப்பாகச் சொல்லியும்கூட, வீட்டிலிருந்து கிளம்புவதற்கே ஆறே முக்காலாகிவிட்டது.

அவர்கள் பரபரப்பாக வெளியே வந்தார்கள், ஆட்டோவுக்குக் கை நீட்ட ஆரம்பித்தார்கள்.

நகரத்தில், மாலை நேரத்தில் ஆட்டோ அத்தனை சுலபமாகக் கிடைத்துவிடுமா? எல்லா ஆட்டோக்களிலும் ஒன்றிரண்டு பேர் அமர்ந்திருந்தார்கள், அபூர்வமாகச் சில ஆட்டோக்கள் காலியாக வந்தாலும், ஒரு ரூபாய்க்குப் பத்து ரூபாய் அநியாயக் கட்டணம் கேட்டார்கள்.

கால் மணி நேரமாகியும் அவர்களுக்கு ஆட்டோ சிக்கவில்லை, 'ச்சே, இது தெரிஞ்சிருந்தா நான் இன்னும் கொஞ்ச நேரம் ஒழுங்கா மேக்கப் போட்டுக்கிட்டு வந்திருப்பேன்' என்றாள் ரம்யா.

'கொஞ்சம் பொறு ரம்யா' என்றார் ரமேஷ், 'கீதா, நீ குழந்தைங்களைப் பார்த்துக்கோ, நான் இதோ வந்துடறேன்!' என்றவர் போக்குவரத்தைக் கவனித்துக்கொண்டு பரபரவென்று சாலையின் குறுக்கே ஓடினார்.

எதிர்ப்பக்கத்தில் ஒரு மூதாட்டி, சிறிதும் இடைவெளியில்லாமல் அதிவேகமாக விரைகிற வாகனங்களுக்கு நடுவே சாலையைக் கடக்க இயலாமல் தவித்துக்கொண்டிருந்தார்.

அங்கே சென்று சேர்ந்த ரமேஷ், அவருடைய கையைப் பிடித்துக்கொண்டார். இன்னொரு கையால் வாகனங்களைச் சற்றே நிற்கும்படி சைகை செய்தார்.

ஆரம்பத்தில் யாரும் அவரைக் கவனிக்கவில்லை, பிறகு, சில வாகனங்கள் வேகம் குறைந்து நின்றன, பின்னர் மற்ற வாகனங்களும் நின்றுவிட்டன. உடனே, அந்த மூதாட்டியின் கையைப் பிடித்துச் சாலையைக் கடக்க உதவினார் ரமேஷ்.

அவர் மிக மெதுவாகத்தான் நடந்தார். ஆனாலும் வாகனங்கள் நகராமல் காத்திருந்தன. பத்திரமாகச் சாலையின் மறுபக்கத்தைச் சென்றடைந்துவிட்டார் அவர்.

'ரொம்ப நன்றி தம்பி' என்று சொன்ன அவரிடம், 'பரவாயில்லைங்க, பத்திரமாப் பார்த்து வீட்டுக்குப் போங்க' என்றார் ரமேஷ். பிறகு, தன் குடும்பத்தினரை நெருங்கினார்.

'அப்பா, ஏற்கெனவே நாம கிளம்பறதுக்குத் தாமதமாகிடுச்சு, ஆட்டோ வேற கிடைக்கல, இதுல இந்தமாதிரி ஊருக்குச் சேவை செய்யறதெல்லாம் தேவையா?' ரம்யா எரிச்சலுடன் கேட்டாள்.

ரமேஷ் மெல்ல சிரித்தார், மீண்டும் ஆட்டோவுக்குக் கை நீட்டியபடி சொன்னார், 'நாம கிளம்பும்போது நீ என்ன செஞ்சுகிட்டிருந்தே ரம்யா?'

'ஏன்? கண்ணுக்கு மேக்கப் போட்டுக்கிட்டிருந்தேன்!'

'அதுக்கு எவ்ளோ நேரமாச்சு?'

ரம்யா கொஞ்சம் யோசித்து, 'அரை மணி நேரம் இருக்கும்' என்றாள், 'ஏன்? திட்டப்போறீங்களா?'

'இல்லைம்மா, அவ்ளோ நேரம் செலவழிக்காம, ரெண்டே நிமிஷத்துல நான் என்னோட கண்ணுக்கு மேக்கப் போட்டுட்டேன்' என்றார் ரமேஷ், 'உனக்கும் அந்தத் தந்திரத்தைச் சொல்லித்தரட்டுமா?'

'என்ன சொல்றீங்கப்பா? புரியலையே!'

'திருக்குறள்ல கண்ணோட்டம்ன்னு ஒரு பகுதி இருக்கு, அப்படீன்னா, இரக்கம்ன்னு அர்த்தம், இன்னொருவர் படற கஷ்டத்தைப் பார்த்து, அல்லது இயல்பாவே நமக்குள்ள சுரக்கற மனிதத்தன்மைதான் அது!

அந்தப் பகுதியில, 575வது குறள்ல வள்ளுவர் என்ன சொல்றார் தெரியுமா?

கண்ணிற்கு அணிகலம் கண்ணோட்டம், அஃது இன்றேல்
புண் என்று உணரப் படும்!

'அதாவது, நம்ம கண்ணுக்கு உண்மையான அழகு, உண்மையான அலங்காரம், கண்ணோட்டம்ங்கற இரக்கம்தான், அதுமட்டும் இல்லைன்னா, அது கண்ணே இல்லை, வெறும் புண்! புரியுதா?'

ரமேஷ் சொல்லி முடிப்பதற்குள், அவர்களுக்கு ஆட்டோ கிடைத்துவிட்டது!

2. நெஞ்சிலே பணிவிருந்தால்...

'அம்மா... அம்மா...' சத்தமாகக் கத்திக்கொண்டே வீட்டினுள் ஓடிவந்தான் கண்ணன், 'இன்னிக்கு எங்க க்ளாஸ்ல நடந்த ஓவியப்போட்டில ஐயாதான் ஃபர்ஸ்ட் ப்ரைஸ், தெரியுமா?' என்றான் மூச்சிரைக்க.

'வாவ், சூப்பர்டா கண்ணா!' அவனைக் கட்டிக்கொண்டார் கீதா, 'நீ என்ன ஓவியம் வரைஞ்சே?'

'நம்ம தோட்டத்தைதான் வாட்டர் கலர்ல வரைஞ்சேன்' என்றான் கண்ணன், 'அதைப் பார்த்துட்டு எங்க ஓவிய ஆசிரியரும் ஹெட் மாஸ்டரும் எப்படியெல்லாம் பாராட்டினாங்க தெரியுமா? நான் வரைஞ்சதை ஃப்ரேம் போட்டு எங்க வகுப்புலயே மாட்டப் போறாங்க!'

'பிரமாதம்' என்று கண்ணனுக்கு திருஷ்டி கழித்தார் கீதா. 'சரி, சீக்கிரமாப் போய் கை, கால் கழுவிட்டு வா, சூடா பக்கோடா செஞ்சிருக்கேன்.'

அடுத்த பதினைந்து நிமிடங்கள் கண்ணன் வாய் மூடாமல் தன்னுடைய ஓவியத்தைப்பற்றிதான் பேசிக்கொண்டிருந்தான். ஆசிரியர்களும் மாணவர்களும் போட்டிக்கு நடுவராக வந்திருந்தவர்களும் தன்னை எப்படியெல்லாம் பாராட்டினார்கள்

என்று அவன் நீளமாக விவரிக்க, தட்டில் இருந்த பக்கோடா காலியானதே தெரியவில்லை.

அதன்பிறகும், கண்ணன் பேசுவதை நிறுத்தவில்லை. தொடர்ந்து தன் ஓவியத்தைப் புகழ்ந்துகொண்டிருந்தான்.

ஒருகட்டத்தில் கீதாவுக்கே கொஞ்சம் சலிப்புத் தட்டியது. 'போதும் கண்ணா, இந்தப் போட்டி முடிஞ்சுபோச்சு, இனிமே அடுத்து என்னன்னுதான் நீ யோசிக்கணும்' என்றார். 'நீ பிரமாதமாப் படம் வரைவேன்னு எல்லாருக்கும் தெரியும். ஆனா, உன்னோட ஓவியத்திலயும் ஒண்ணு ரெண்டு குறைகள் இருக்குமில்லையா? அதையெல்லாம் எப்படிச் சரி செஞ்சுக்கறது, எப்படி இன்னும் நல்லா வரையறதுன்னு அந்த நடுவர்ங்க எதாவது ஆலோசனை சொன்னாங்களா?'

'குறைகளா? என் ஓவியத்துலயா? சான்ஸே இல்லை' என்றான் கண்ணன் அலட்சியமாக. 'எவ்ரிதிங் ஈஸ் பர்ஃபெக்ட்ன்னு நடுவர்ங்க எழுதியிருக்காங்கம்மா.'

கீதா மென்மையாகப் புன்னகைத்தார். 'அது எப்படி சாத்தியம் கண்ணா? உன்னைவிடப் பெரிய ஓவியர்ங்க பல பேர் இருக்காங்களே, அவங்ககிட்டேயிருந்து நல்ல விஷயங்களை நீ கத்துக்கவேணாமா?'

'அதெல்லாம் நல்லாக் கத்துகிட்டாச்சும்மா, இனிமே எந்தப் போட்டிக்குப் போனாலும் எனக்குதான் முதல் பரிசு, நீ வேணும்ன்னா பாரு!'

அதற்குமேல் என்ன பேசுவது என்று கீதாவுக்குத் தெரியவில்லை. 'சரி, இன்னிக்கு வெள்ளிக்கிழமை, கோயிலுக்குப் போய்ட்டு வரலாம், வா' என்றார்.

கோயிலுக்குச் செல்லும் வழியிலும் கண்ணன் தன் ஓவியத்தைப் பற்றிதான் பேசிக்கொண்டிருந்தான். அவனுடைய கர்வம் கலந்த விவரிப்புகள் கீதாவுக்குக் கவலையூட்டின. 'இவனை எப்படி பூமிக்குக் கொண்டுவருவது?'

அன்றைக்குக் கோயிலில் ஏதோ விசேஷம். ஏகப்பட்ட கூட்டம். அதன் நடுவே அவர்கள் முன்னேறிக்கொண்டிருந்தபோது, கீதாவின் முகம் சட்டென்று மலர்ந்தது, 'கண்ணா, அங்கே நிக்கறது யாருன்னு தெரியுதா?'

கண்ணன் ஒரே பார்வையில் அடையாளம் கண்டுவிட்டான், 'வாவ், டிவில பேசுவாரே, அந்த அங்கிள்!'

'மக்கு! அவர் டிவில பேசறதா பெரிய விஷயம்?' என்று அவன் தலையில் செல்லமாகக் குட்டினார் கீதா, 'அவர் எப்பேர்ப்பட்ட எழுத்தாளர் தெரியுமா? சாஹித்ய அகாதெமி, பத்மபூஷண் விருதெல்லாம்கூட வாங்கியிருக்கார். அவரோட கதைகள்ன்னா எனக்கு உயிர்!'

'அப்படியாம்மா?' கண்ணன் அவரைப் புதிய மரியாதையுடன் பார்த்தான், 'அம்மா, அவர்கிட்ட ஆட்டோகிராஃப் வாங்கணுமே, நம்மகிட்டேல்லாம் அவர் பேசுவாரா?'

'இப்ப வேணாம் கண்ணா, சாமி கும்பிட்டுட்டு வரும்போது அவர்கிட்ட பேசுவோம்!'

அவர்கள் தரிசனம் முடிந்து திரும்பி வந்தபோது, அவர் யாரிடமோ சிரித்துப் பேசிக்கொண்டிருந்தார். இவர்கள் நெருங்கி வருவதைப் பார்த்தவுடன் மென்மையாகப் புன்னகை செய்து வணக்கம் வைத்தார்.

கீதா அவரிடம் தன்னை அறிமுகப்படுத்திக்கொண்டார். 'உங்க புத்தகங்களெல்லாம் எனக்கு ரொம்பப் பிடிக்கும் சார். வீட்ல ஒரு பெரிய கலெக்‌ஷனே வெச்சிருக்கேன். ஒவ்வொரு விஷயத்தையும் கண்முன்னே கொண்டுவந்து நிறுத்தறமாதிரி அருமையா எழுதறீங்க சார்.'

'ரொம்ப சந்தோஷம்மா' என்றார் அவர். 'தொடர்ந்து நீங்க விரும்பறமாதிரி எழுத முயற்சி செய்வேன். என் எழுத்துல எதாவது குறை இருந்தா தயங்காம சொல்லுங்க. திருத்திக்குவேன்!'

'சேச்சே, உங்க எழுத்துல ஏது சார் குறை? அப்படியே இருந்தாலும், அதைச் சொல்ல எனக்கு என்ன தகுதி இருக்கு?'

'அப்படியெல்லாம் இல்லைம்மா, எல்லாரோட எழுத்துலயும் சில, பல தவறுகள், குற்றங்கள் நிச்சயமா இருக்கும், அதைத் தெரிஞ்சுகிட்டுச் சரி செய்யணும், அப்பதான் அடுத்த புத்தகம் முந்தின புத்தகத்தைவிடச் சிறப்பா இருக்கும்.'

துளி கர்வம் இல்லாமல் அவர் பேசியதும், கண்ணனுக்கு ஆட்டோகிராஃப் போட்டுக்கொடுத்து அவனிடம் ஒரு

குழந்தையைப்போல் சிரித்து விளையாடியதும் கீதாவுக்கு மிகவும் வியப்பூட்டின. அவர்மீது முன்பு இருந்ததைவிடப் பலமடங்கு மரியாதையுடன் கோயிலில் இருந்து வெளியே வந்தார்.

வீடு திரும்பும் வழியில், கண்ணன் அதிகம் பேசவில்லை. 'அந்த அங்கிள் ரொம்ப நல்லாப் பேசினார்ம்மா' என்றுமட்டும் இரண்டு முறை சொன்னான்.

'ஆமா கண்ணா' என்றார் கீதா, 'அவரைமாதிரி பெரியவங்களைப்பத்தி 'பெருமை'ங்கற பேர்ல பல நல்ல திருக்குறள்கள் இருக்கு, அதுல ஒண்ணைச் சொல்லட்டுமா?

> **பணியுமாம் என்றும் பெருமை; சிறுமை**
> **அணியுமாம் தன்னை வியந்து.**

நிஜமான பெரியவங்க, தங்களோட திறமைகளை நினைச்சு எப்பவும் கர்வப்படமாட்டாங்க, தங்களைத் தாங்களே பெருமையாப் பாராட்டிக்கமாட்டாங்க, எல்லார் முன்னாடியும் பணிவோடதான் இருப்பாங்க.

ஆனா சின்னவங்க அப்படியில்லை, தக்கனூண்டு விஷயத்தைச் செஞ்சுட்டாக்கூட, அதை மலையளவு பெரிசாக்கித் தாங்களே அழகு பார்த்துக்கிட்டிருப்பாங்க.'

'புரியுதும்மா' என்றான் கண்ணன், 'ஓவியப் போட்டியில ஜெயிச்சதுக்கு எனக்கு என்ன கிஃப்ட் வேணும்ன்னு கேட்டியே, என்னை ஓவிய க்ளாஸ்ல சேர்த்துவிடு. எப்படி ஒழுங்கா வரையணும்ன்னு முறைப்படி கத்துக்கறேன்.'

३. சிறிய தவறு, பெரிய தவறு!

வீடு அமர்க்களப்பட்டுக்கொண்டிருந்தது. எங்கு பார்த்தாலும் சிரிப்புச் சத்தம்.

எல்லாச் சிரிப்புக்கும் ஒரே காரணம்தான், டெல்லியிலிருந்து வந்திருக்கும் கதிர்வேல் சித்தப்பா!

குழந்தைகளின் செல்லமான கதிர்வேல் சித்தப்பாவுக்கு அவர்கள் 'கலகல சித்தப்பா' என்று பெயர் சூட்டியிருந்தார்கள். அவர் வாயைத் திறந்தாலே ஏதாவது ஒரு ஜோக் உதிரும், அதுவும் விழுந்து விழுந்து சிரிப்பதுபோல் அட்டகாசமான நகைச்சுவையாக இருக்கும். சிறு பிள்ளைகளானாலும் சரி, முதியவர்களானாலும் சரி, அவரவருக்கு ஏற்றபடி ஜோக் அடித்து அசத்துவார், சரியான முசுடுகள், உம்மணாமூஞ்சிகள்கூட அவரிடம் பேச ஆரம்பித்தால், சில நிமிடங்களுக்குள் வாய்விட்டுச் சிரிக்க ஆரம்பித்துவிடுவார்கள்!

'கண்ணுங்களா, எவ்ளோ நேரம்தான் சும்மா வீட்லயே சுத்திக்கிட்டிருக்கறது?' என்றார் கதிர்வேல், 'நாமல்லாம் வெளியே ஷாப்பிங் போலாமா?'

ரம்யாவும் கண்ணனும் உற்சாகமாகப் புறப்பட்டார்கள். பரபரவென்று தயாராகி வெளியே வந்து ஆட்டோ பிடித்தார்கள்.

அங்கேயும் கதிர்வேல் சித்தப்பாவின் ஜோக் மழை தொடர்ந்தது. வேடிக்கையாக ஏதேதோ பேசிக்கொண்டிருந்தார். டிவியில்

வரும் கார்ட்டூன் கதாபாத்திரங்களைப்போல அழகாக மிமிக்ரி செய்தார், முகத்தை வளைத்து நெளித்து விநோதமான சேஷ்டைகளைச் செய்து காண்பித்தார், குழந்தைகள் வயிறு வலிக்கச் சிரித்துக்கொண்டிருந்தார்கள்.

திடீரென்று, ஆட்டோ நின்றுவிட்டது. 'என்னாச்சுப்பா?' என்று டிரைவரைக் கேட்டார் கதிர்வேல்.

'சிக்னல் சார்.'

'ச்சே!' என்று சலித்துக்கொண்டபடி வண்டிக்கு வெளியே பார்வையிட்டார் கதிர்வேல், 'அதான் போலிஸ்காரங்க யாரும் இல்லையே, அப்புறம் எதுக்காக நிக்கறே?' என்றார்.

'ரெட் சிக்னல் விழுந்திருக்கு சார்!' என்றார் டிரைவர்.

'அட, பரவாயில்லைப்பா, மாட்டிக்காதவரைக்கும் தப்பில்லை' என்று சிரித்தார் கதிர்வேல், 'நீ வண்டியை எடு, எதுனா பிரச்னை வந்தா நான் பார்த்துக்கறேன்.'

அந்த டிரைவர் சற்றே தயங்கினார். கதிர்வேல் தொடர்ந்து வற்புறுத்தியதால், அரை மனத்துடன் வண்டியைக் கிளப்பி ஓட்டத் தொடங்கினார்.

சில நிமிடங்களில், ஆட்டோ ஒரு பெரிய வணிக வளாகத்தின்முன் நின்றது, 'கண்ணுங்களா, இங்கே உங்களுக்கு வேண்டியதையெல்லாம் வாங்கிக்கலாம்' என்றார் கதிர்வேல், 'அப்புறமா பக்கத்துலயே ஹோட்டல்ல சாப்பிடறோம், இங்கேயே ஒரு தியேட்டரும் இருக்கு, அதுல ஒரு சூப்பரான கார்ட்டூன் படம் பார்த்துட்டு வீட்டுக்குப் போறோம், சரியா?'

குழந்தைகள் உற்சாகமாகத் துள்ளினார்கள். கதிர்வேல் சித்தப்பாவின் கலகலப்பான பேச்சை ரசித்தபடி ஷாப்பிங், சாப்பாடு, சினிமா, நொறுக்குத் தீனிகள் என்று செம ஜாலியாக நேரம் ஓடியது. அவர்கள் வீடு திரும்புவதற்கு இரவாகிவிட்டது.

ராத்திரிச் சாப்பாட்டை முடித்துக்கொண்டு கதிர்வேல் சித்தப்பா தூங்கியபிறகு, கண்ணனும் ரம்யாவும் தங்களுடைய அறைக்குத் திரும்பினார்கள். படுக்கையில் தொப்பென்று விழுந்த ரம்யா, 'அம்மா, எனக்கு ஒரு சந்தேகம்' என்றாள்.

'என்னடா செல்லம்?'

'இன்னிக்கு நாங்கல்லாம் ஆட்டோவில ஷாப்பிங் போனோம்ல? அப்போ, வழியில ஒரு ரெட் சிக்னல் வந்ததும்மா, அப்படீன்னா ஆட்டோவை நிறுத்தணும்தானே? க்ரீன் சிக்னல் வர்றவரைக்கும் போகக்கூடாதுதானே?'

'ஆமாடா, அதுல என்ன சந்தேகம் உனக்கு?'

'கதிர்வேல் சித்தப்பா அந்த ட்ரைவர்கிட்ட ஏதோ பேசி, ரெட் சிக்னல் இருக்கும்போதே வண்டியை ஓட்டச் சொல்லிட்டார்ம்மா' என்றாள் ரம்யா, 'இது தப்பில்லையா?'

கீதா மெல்லச் சிரித்தாள். 'தப்புதான் ரம்யா, நீ இதை உங்க சித்தப்பாகிட்டயே நேரடியாக் கேட்டிருக்கலாமே!'

'சொன்னேன்ம்மா, ஆனா அவர் இதைப் பெரிசாவே எடுத்துக்கலை', ரம்யாவின் குரலில் ஏமாற்றம் தொனித்தது, 'இந்தமாதிரி சின்னச் சின்ன தப்புக்கெல்லாம் உணர்ச்சிவசப்படக்கூடாதுன்னு சொல்லிட்டார்.'

படித்துக்கொண்டிருந்த புத்தகத்தை மூடி வைத்துவிட்டு நிமிர்ந்தார் கீதா, 'அவர் சொல்றது இருக்கட்டும் ரம்யா, இதுபத்தி நீ என்ன நினைக்கறே?'

'எனக்குச் சரியாப் புரியலைம்மா. ரெட் சிக்னல்ல நிக்காம போறது சின்ன தப்பா? பெரிய தப்பா?'

'ரம்யா, தப்புல சின்னது, பெரிசுன்னு எதுவும் கிடையாது. தப்புன்னா தப்புதான்' என்றார் கீதா. ஒரு தப்பைச் செஞ்சுட்டு, அது சின்ன தப்புன்னு நம்மை நாமே ஏமாத்திக்கக்கூடாது, அப்படிச் செஞ்சா, கொஞ்சம் கொஞ்சமா நாம பெரிய தப்புகளைச் செய்ய ஆரம்பிச்சுடுவோம்.

அதனால, அது சின்ன தப்பாவே இருந்தாலும், அதைப் பெரிய தப்பா நினைச்சு வருத்தப்படணும். அடுத்தவாட்டி அந்தத் தப்பைச் செய்யாம திருத்திக்கணும்.

திருக்குறள்ல இதுக்காகக் 'குற்றம் கடிதல்'ன்னு ஒரு தனி அத்தியாயமே இருக்கு. அதுல வர்ற ஒரு குறளைச் சொல்றேன், உனக்குப் புரியுதான்னு பாரு!

தினைத்துணையாம் குற்றம் வரினும் பனைத்துணையாக்
கொள்வர் பழி நாணுவார்

அதாவது, நாம செஞ்ச தப்பு ஒரு சின்ன தினை அளவு, இத்தனூண்டு அரிசிமாதிரி சின்னதா இருந்தாலும் சரி, நாம அதைப் பெரிய பனை மரம் மாதிரி நினைச்சுகிட்டு வருத்தப்படணும், அதனால வரக்கூடிய பழியை நினைச்சு வெட்கப்படணும், அந்தத் தப்பை இனிமே செய்யமாட்டேன்னு நினைக்கணும். அதுதான் நல்ல குணம்!'

4. மனத்தில் கறை வேண்டாம்!

ரம்யா தூக்கம் கலைந்து எழுந்தவுடன், அவள் முன்னே ஒரு ரோஜாப்பூ நீட்டப்பட்டது, 'ஹேப்பி பர்த்டே ரம்யா!' என்று அவளை அன்பாக அணைத்து முத்தமிட்டார் கீதா.

'தேங்க்ஸ்மா!' என்று சிரித்தாள் ரம்யா. 'என்னோட புது ட்ரெஸ் எங்கே?'

'காலங்காத்தால அதைதான் முதல்ல கேட்பியா?' செல்லமாகத் தலையில் குட்டினார் கீதா, 'பல் தேய்ச்சுட்டு, குளிச்சுட்டு, சாமி கும்பிட்டுட்டு வா, உன்னோட ட்ரெஸ்ஸை எடுத்துத் தர்றேன்!'

'ஷ்யூர்மா, இதோ வந்துட்டேன்' என்று பாத்ரூம் நோக்கி ஓடினாள் ரம்யா.

புத்தாடைகள் என்றால் ரம்யாவுக்கு அவ்வளவு இஷ்டம். கடைக்குச் சென்றால் பல மணி நேரம் செலவழித்து ஒவ்வொன்றையும் பார்த்துப் பார்த்துத் தேர்ந்தெடுப்பாள். மற்றவர்களிடம் இல்லாத நவீனமான ஆடைகள்தான் தன்னிடம் இருக்கவேண்டும், தான் தனித்துத் தெரியவேண்டும் என்பதில் மிகக் கவனமாக இருப்பாள்.

ஆனால் அவள் இப்படி ஆசையாகத் தேர்ந்தெடுத்த ஆடைகளையெல்லாம் வீட்டில்தான் போட்டுப் பார்க்கமுடியும். பள்ளியில் எப்போதும் அதே சிவப்பு, வெள்ளை யூனிஃபார்ம்தான்.

இந்த விஷயத்தில் அவளுடைய பள்ளி ரொம்பக் கண்டிப்பானது. சீருடையில் கூடுதலாக ஒரு சிறிய வண்ணத் துணுக்குகூடத் தெரிந்துவிடக்கூடாது, காலுக்கு அணியும் சாக்ஸ், இடுப்பில் பெல்ட் தொடங்கித் தலையில் வைக்கும் ஹேர் பாண்ட்கூட அவர்கள் சொல்லும் நிறத்தில்தான் இருக்கவேண்டும்.

ஆனால், வருடத்துக்கு ஒருநாள், மாணவர்கள் தங்களுடைய பிறந்த தினத்தன்றுமட்டும் சீருடை அல்லாத மற்ற ஆடைகளை அணிந்து வரலாம். அதற்கு விசேஷ அனுமதி உண்டு.

இன்றைக்கு, ரம்யாவின் பிறந்த நாள். அவளுடைய தோழிகள், மற்றவர்கள் அவளது ஆடை ரசனையைப் பார்த்து வியப்பதற்கான அபூர்வ வாய்ப்பு. இனிமேல் இது அடுத்த வருடம்தான் வரும்!

ஆகவே, ரம்யா மிகக் கவனமாகத் தன்னுடைய புத்தாடையை உடுத்திக்கொண்டாள், அருமையாகத் தன்னை அலங்கரித்துக்கொண்டாள். மிகுந்த உற்சாகத்துடன் பள்ளிக்குப் புறப்பட்டாள்.

அன்று மாலை, அவள் பள்ளியிலிருந்து திரும்பியபோது, அந்த உற்சாகத்தில் ஒரு துளிகூட மிச்சமில்லை. மாறாக, அவள் விசும்பி விசும்பி அழுதுகொண்டிருந்தாள். கண்கள் சிவந்திருந்தன.

'என்னாச்சு ரம்யா?' பதற்றத்துடன் கேட்டார் கீதா.

அதற்காகவே காத்திருந்ததுபோல், படபடவென்று கொட்ட ஆரம்பித்தாள் ரம்யா, 'அம்மா, அந்த ரெட்டைவால் சாந்தா இருக்கால்ல? அவ என்னோட புது ட்ரெஸ்ல அசிங்கமா இங்க் தெளிச்சுட்டாம்மா.'

'அடடா, இதுக்கெல்லாம் அழுவாங்களா? தெரியாம பட்டிருக்கும்டா கண்ணு!'

'இல்லைம்மா, வேணும்னேதான் தெளிச்சா, இதோ பாரு, எவ்ளோ பெரிசா கறைபட்டிருக்கு!' என்று முதுகு பக்கம் திருப்பிக் காட்டினாள் ரம்யா, 'என்னோட அழகான ட்ரெஸ்ஸைப் பார்த்து எல்லாரும் பாராட்டறது அவளுக்குப் பிடிக்கலைம்மா! அதான் பொறாமையில இப்படிச் செஞ்சுட்டா!'

'ரம்யா, ஒருவேளை அவ நிஜமாவே கோவத்துல, பொறாமையில செஞ்சிருந்தாலும், அதுக்காக நீ ஏன் அழணும்? இதை நல்லா

சோப்புப் போட்டுத் துவைச்சுக் காயப்போட்டா எல்லாக் கறையும் போயிடும், பழையபடி புது ட்ரெஸ்மாதிரி ஆகிடும். இது ஒரு பெரிய விஷயமா?'

'அதெப்படிம்மா? ஸ்கூல்ல எல்லாரும் என் ட்ரெஸ்ல இங்க் பட்டிருக்கறதைப் பார்த்துச் சிரிச்சிருப்பாங்கல்ல? எவ்ளோ ஆசையா ஸ்கூலுக்குப் போனேன் தெரியுமா? இந்த ரெட்டைவாலால எல்லாமே போச்சு!'

'ரிலாக்ஸ் ரம்யா, யாரோ ஒருத்திக்காக உன் சந்தோஷத்தைக் கெடுத்துக்காதே!'

கீதா சொன்னதை ரம்யா கவனிக்கவே இல்லை. தொடர்ந்து பேசிக்கொண்டிருந்தாள், 'அடுத்த மாசம் அவ பர்த்டே வருது, அப்போ நானும் அவளோட புது ட்ரெஸ்ல இங்க் தெளிக்கப்போறேன்.'

'அய்யே மக்கு!' என்று சிரித்தார் கீதா. 'இன்னிக்கு நீ பட்ட கஷ்டத்தையெல்லாம் அவளும் படணுமா? உன் புத்தி ஏன் இப்படி யோசிக்குது?'

'பின்னே? அவ செஞ்ச தப்புக்குப் பழிவாங்கவேண்டாமா?'

'ரம்யா, திருக்குறள்ல 'இன்னா செய்யாமை'ன்னு இதுக்காக ஒரு தனி அத்தியாயமே இருக்கு, அதுல ஒரு குறள், உனக்குக் கச்சிதமாப் பொருந்தும்.

தன் உயிர்க்கு இன்னாமை தான் அறிவான், என்கொலோ
மன் உயிர்க்கு இன்னா செயல்?

ஒரு விஷயம் உனக்குத் துன்பத்தைத் தருதுன்னு தெரியும்போது, அதே விஷயத்தை நீ இன்னொருத்தருக்குச் செய்யக்கூடாது. ஏன்னா, நீ அனுபவிச்ச அதே கஷ்டத்தைதானே அவங்களும் அனுபவிப்பாங்க?'

கீதா சொன்னதைப் பொறுமையாகக் கேட்ட ரம்யா, 'அப்போ அவ செஞ்ச தப்புக்கு என்ன தண்டனை?' என்றாள்.

'அவளோட எப்பவும்போலப் பழகு, நீ செஞ்சது எனக்குக் கஷ்டமா இருந்ததுன்னு சொல்லு, அவளே புரிஞ்சுகிட்டு மன்னிப்பு கேட்பா, அப்படிக் கேட்காட்டியும் பரவாயில்லை. திருவள்ளுவர்

சொல்றமாதிரி நாம ஏன் இன்னொருத்தருக்குக் கஷ்டம் தரணும்? அவங்க கெட்டவங்களாவே இருந்தாலும், நாம நல்லவங்கங்கறது மாறிடாது இல்லையா?

அதனால, பழிவாங்கற வன்மத்தையெல்லாம் மறந்துட்டு, நிம்மதியா உன்னோட வேலைகளைக் கவனி, ட்ரெஸ்ல கறைபடலாம், மனசுல படக்கூடாது!'

5. "நன்"கொடை

'இன்னும் ஒண்ணரை லட்சம் இடிக்குது!' என்றார் ரமேஷ்.

'கவலைப்படாதீங்க' என்று சிரித்தார் கீதா, 'இன்னும் ஒரு வாரம் டைம் இருக்கு, அதுக்குள்ள நிச்சயமாப் புரட்டிடலாம்.'

'எனக்கு அவ்வளவா நம்பிக்கையில்லை கீதா' பேனாவைக் கீழே வைத்துவிட்டுக் கை விரல்களில் சொடக்கெடுத்தார் ரமேஷ், 'திடீர்ன்னு அவ்ளோ பெரிய தொகையை யார்கிட்டேயிருந்து எப்படிப் புரட்டப்போறோம்?'

'இப்ப எதுக்குப்பா உங்களுக்கு ஒரு லட்சம்?' என்று கேட்டபடி உள்ளே வந்தாள் ரம்யா. கையிலிருந்த பந்தை அலமாரியில் வைத்துவிட்டு அவர்களருகே உட்கார்ந்தாள்.

'ஒரு லட்சம் இல்லை ரம்யா, ஒண்ணரை லட்சம்' என்று சிரித்தார் ரமேஷ், 'எனக்கில்லை, நம்ம ஏரியால ஏழைக் குழந்தைகளுக்காக ஒரு சின்ன இலவச லைப்ரரி கட்டப்போறோம்ன்னு சொன்னேன்ல? அதுக்குப் பணம் திரட்டுறதுக்கான பொருளாளர் பொறுப்பை என்கிட்ட ஒப்படைச்சிருக்காங்க, அந்த பட்ஜெட்லதான் ஒண்ணரை லட்சம் துண்டு விழுது! அதை யார்கிட்ட கேட்கலாம்ன்னு யோசிச்சுகிட்டிருக்கேன்.'

ரம்யா பதில் பேசுவதற்குள் காலிங் பெல் சத்தம் கேட்டது. கீதா எழுந்து சென்று கதவைத் திறந்தார். சஃபாரி சூட்டில் ஒருவர் 'வணக்கம்மா, சார் இருக்காரா?'

'நீங்க?'

‘என் பேர் ஆறுமுகம், சார்க்கு நல்லாத் தெரியும்.’

‘வாங்க, உட்காருங்க’ என்றார் கீதா, ‘ஒரு நிமிஷம், அவரை வரச் சொல்றேன்.’

இதற்குள் குரல் கேட்டு ரமேஷே வெளியே வந்துவிட்டார். ‘வாங்க மிஸ்டர் ஆறுமுகம், உட்காருங்க!’

‘பரவாயில்லை சார்’ என்று வழிந்தார் அவர், ‘ஒரு முக்கியமான விஷயமா உங்களைப் பார்க்க வந்தேன்.’

‘என்ன விஷயம்ன்னாலும் ஆஃபீஸ்லயே பார்த்துப் பேசியிருக்கலாமே, இப்படி வீட்ல வந்து பார்க்கறதெல்லாம் எனக்குப் பிடிக்காதுன்னு தெரியுமில்லையா?’

‘உண்மைதான் சார், ஆனா, இது உங்க பர்ஸனல் விஷயம்’ என்றார் ஆறுமுகம்.

‘என் பர்ஸனல் விஷயமா? என்னது?’

‘நீங்க ஏதோ ஏழைங்க லைப்ரரிக்காகப் பணம் திரட்டிக்கிட்டிருக்கிறதாக் கேள்விப்பட்டேன். என்னால முடிஞ்ச நன்கொடையா ஒரு லட்சம் கொடுத்துட்டுப் போகலாம்ன்னு வந்திருக்கேன்’ என்றபடி பாக்கெட்டிலிருந்து இரண்டு ஐநூறு ரூபாய்க் கட்டுகளை எடுத்தார் அவர்.

ரமேஷ் புரிந்ததுபோல் சிரித்தார். ‘அடடா, ஜஸ்ட் இப்பதான் அக்கவுண்ட்ஸை முடிச்சோம். எங்க லைப்ரரிக்குத் தேவையான பணம் முழுக்க வசூலாகிடுச்சு, உங்க நன்கொடையை ஏத்துக்கமுடியாத நிலைமை, ரொம்ப ஸாரி!’

ஆறுமுகத்தின் கைகள் அப்படியே உறைந்து நின்றன, ‘அப்படியா சார்? பரவாயில்லை, இதை வெச்சு நீங்க உங்க லைப்ரரிக்கு இன்னும் கொஞ்சம் புக்ஸ் வாங்கலாமே!’ கிட்டத்தட்ட கெஞ்சுவதுபோல் கேட்டார்.

‘அதுபத்தி நான் எங்க கமிட்டில பேசிட்டுச் சொல்றேன் சார், நீங்க புறப்படலாம்’ என்றார் ரமேஷ். அவர் எவ்வளவோ சொல்லியும் கேட்காமல் கழுத்தைப் பிடித்துத் தள்ளுவதுபோல் வெளியே அனுப்பிவைத்தார்.

உள்ளிருந்து வந்த கீதா, ‘என்னங்க, அதுக்குள்ள கிளம்பிட்டாரா? அவருக்குக் காபி போட்டுக் கொண்டுவந்தேனே!’

'அட! இது ஒரு பெரிய பிரச்னையா? அந்தக் காப்பியை என்கிட்ட கொடும்மா' என்றாள் ரம்யா, 'ஆனா அதுக்குமுன்னாடி, அப்பா என்ன செஞ்சார்ன்னு கேளு, அவர் அந்த லைப்ரரிக்கு ஒரு லட்ச ரூபாய் நன்கொடை கொடுக்க வந்தார், ஆனா அந்தப் பணம் வேணாம்ன்னு சொல்லி அப்பா அவரை வெளியே அனுப்பிட்டார்.'

'நிஜமாவா?' என்று திகைத்தார் கீதா, 'ஏங்க, ஒரு வாரத்துக்குள்ள பணம் புரட்டமுடியுமான்னு இப்பதான் கவலைப்பட்டுக் கிட்டிருந்தீங்க, ஆனா லட்டுமாதிரி வந்த பணத்தை வேணாம்ன்னு சொல்லிட்டீங்களா? ஏன்?'

'காரணமாதான் கீதா' என்றபடி உள் அறைக்குள் சென்றார் ரமேஷ், 'அந்தாள் ஒரு பெரிய ஊழல் பார்ட்டி, அவனுக்கு எங்க ஆஃபீஸ்ல ஒரு வேலை ஆகவேண்டியிருக்கு, ஆனா சட்டப்படி அது நடக்காதுன்னு நான் மறுத்துட்டேன். நான் லஞ்சம் வாங்கமாட்டேன்னு அவனுக்குத் தெரியும், அதான் இப்படி லைப்ரரிக்கு நன்கொடை கொடுக்கறமாதிரி என்னை வளைக்கப் பார்க்கறான்.'

'அதனால என்னங்க? நாய் வித்த காசு குலைக்கவா போகுது? அந்தக் காசுல நாலு பிள்ளைங்க படிக்கட்டுமே!'

'அப்படியில்லை கீதா, தப்பான வழியில வந்த பணத்தை வாங்காதேன்னு பொருள் செயல்வகை அதிகாரத்துல திருவள்ளுவர் சொல்றார்' என்றார் ரமேஷ்:

> 'அருளொடும் அன்பொடும் வாராப் பொருள் ஆக்கம்
> புல்லார் புரள விடல்.

அதாவது, ஒருத்தர் அன்போடு, அருளோடு தர்ற பணத்தைதான் வாங்கணும், அப்படியில்லாம வேற எந்த வழியில வந்தாலும் அதை மறுத்துடணும். இதோ, இந்தாள் சுயநல நோக்கத்தோட நன்கொடை கொடுத்துட்டு, வேற வழியில பல கோடி சம்பாதிக்க நினைக்கறதுமாதிரி விஷயங்களை நாம எப்போதும் ஊக்குவிக்கக்கூடாது.'

'அப்போ அந்த ஒண்ணரை லட்சம்?'

'நிஜமான அன்போட யாராவது தருவாங்க! நம்பிக்கையோட காத்திருப்போம்!'

6. காரா? கப்பலா?

கண்ணன் எதையோ வாய்விட்டுப் படித்துக்கொண்டிருந்தான்.

வாசலில் பைக் துடைத்துக்கொண்டிருந்த ரமேஷ் கையை நன்றாகச் சுத்தப்படுத்திக்கொண்டு உள்ளே நுழைந்தார், ‘என்னடா படிக்கறே, ஒரே சத்தமா இருக்கு?’

‘மேத்ஸ்ப்பா’ என்றான் கண்ணன், ‘நாளைக்குப் பரீட்சை இருக்கு!’

‘என்னது? மேத்ஸா?’ ரமேஷுக்குத் திகைப்பு, ‘கணக்குப் பரீட்சையில வாய்விட்டுப் படிக்கறதுக்கு என்ன இருக்கு? அமைதியா எல்லாக் கணக்குகளையும் ஒருவாட்டி பேப்பர்ல போட்டுப் பார்த்தாப் போதுமே!’

‘அம்மாதான்ப்பா எல்லாத்தையும் மனப்பாடம் செய்யச் சொன்னாங்க’ என்றான் கண்ணன். பின்னர் மீண்டும் சத்தமாக ஏதோ ஒரு கணக்கை வரிசைப்படி ராகம் போட்டுப் பாட ஆரம்பித்தான்.

ரமேஷ் அவனைப் பார்த்துச் சிரித்தபடி உள்ளறையில் நுழைந்தார். அங்கே கீதா ஒரு ரேடியோவின் இரைச்சலைக் குறைக்க முயன்றுகொண்டிருந்தார்.

‘ஏன்ம்மா, நீயா கண்ணனை மனப்பாடம் செய்யச் சொன்னே?’

‘ஆமா, ஹிஸ்டரிதானே படிக்கறான்?’

'இல்லை, கணக்கு!' என்றார் ரமேஷ், 'நீயே வந்து பாரு, புத்தகத்துல இருக்கற ஒவ்வொரு கணக்கையும் லைன் லைனா மனப்பாடம் செஞ்சுகிட்டிருக்கான் உன் பிள்ளை!'

'என்னது? கணக்குப் பாடத்தை மனப்பாடம் செய்யறானா? எதுக்கு?' என்றபடி எழுந்து வந்தார் கீதா, 'ஏண்டா, நிஜமாவே கணக்கு ஸ்டெப்ஸையெல்லாமா நெட்டுருப் போட்டுக்கிட்டிருக்கே?'

'ஆமாம்மா, நீதானே முக்கியமான பகுதியையெல்லாம் வாய்விட்டுப் படிச்சு மனப்பாடம் செய்யச் சொன்னே!'

'உண்மைதான், ஆனா அது வரலாறு பாடத்துக்குதானே சொன்னேன்? அதை விட்டுட்டு நீ ஏன் கணக்கை எடுத்தே?'

'நாளைக்குக் காலையில வரலாறு பரீட்சை, மதியம் கணக்குப் பரீட்சை' என்றான் கண்ணன், 'வரலாறுல எல்லா முக்கியமான பகுதியும் மனப்பாடம் செஞ்சாச்சு, அதான் அடுத்து கணக்கைப் படிக்க ஆரம்பிச்சேன்!'

கீதா சிரித்தார், 'அடடா, நீ புத்திசாலின்னு நினைச்சேனே கண்ணா!'

அவன் முகம் சட்டென்று வாடியது, 'பரீட்சைக்கு முன்னாடி பாடத்தையெல்லாம் மனப்பாடம் செஞ்சா நல்லதுன்னு நீதானேம்மா சொன்னே' என்றான்.

ரமேஷ் ஒரு நோட்டுடன் அவன் முன்னே வந்து உட்கார்ந்தார், 'கண்ணா, எந்தப் பாடத்தையும் மனப்பாடம் செஞ்சாப் போதாது, புரிஞ்சுகிட்டுப் படிக்கறதுதான் நல்லது!' என்றார்.

'அம்மா உன்னை எதுக்கு மனப்பாடம் செய்யச் சொன்னாங்கன்னா, வரலாறுல பல வருஷங்கள் வரும், அரசர்களோட பேர் வரும், அவங்க எந்த வம்சத்தைச் சேர்ந்தவங்க, யார் யாரோட சண்டை போட்டாங்க, எந்த யுத்தம் எங்கே நடந்தது, அதுல யார் யாரை ஜெயிச்சாங்கன்னு ஏகப்பட்ட விஷயங்கள் வரும், இதையெல்லாம் மனப்பாடம் செஞ்சுகிட்டா, கேள்விகளுக்குப் பதில் சொல்றது சுலபம்!'

'ஆனா, கணக்குப் பாடம் அப்படியில்லை, கேள்வியைக் கேட்டதும் அதுக்கு எந்த முறைப்படி பதில் போடணும்ன்னு தோணணும்,

சட்டுன்னு அந்த முறையைப் பின்பற்றிப் படிப்படியா பதிலைக் கொண்டுவரணும்!'

'ஏன்னா, வரலாற்றுப் புத்தகத்துல இருக்கற அதே கேள்விகளைத்தான் பரீட்சையிலயும் கேட்பாங்க, மனப்பாடம் ஓரளவு பயன்படும், கணக்கு அப்படியில்லை, புத்தகத்துல இல்லாத கணக்கும் தேர்வுல வரக்கூடும், அப்போ இப்படி மனப்பாடம் செஞ்சு பிரயோஜனம் இல்லை. எந்தப் பிரச்னையை எப்படித் தீர்க்கறதுன்னு நிஜமாவே புரிஞ்சு படிச்சாதான் பலன்!'

'எனக்கு ஒண்ணும் புரியலை' என்று புத்தகத்தை மூடிவைத்தான் கண்ணன், 'இப்ப நீங்க என்னை மனப்பாடம் செய்யச் சொல்றீங்களா, வேணாம்ங்கறீங்களா?'

'இது என்ன சினிமாவா? இவன் ஹீரோ, இவன் வில்லன்னு வெளிச்சம் போட்டுக் காட்டறதுக்கு?' என்று சிரித்தார் ரமேஷ், 'அதை நீதான் தீர்மானிக்கணும்!'

'அதான் எப்படி?'

'சூழ்நிலையைப் பார்த்துதான்' என்றார் ரமேஷ், 'இப்போ உன்னோட ஸ்கூலுக்கு தினமும் பஸ்ல போறே, ஆனா அதே அளவு தூரத்துல இருக்கிற உன் ஃப்ரெண்ட் லஷ்மண் வீட்டுக்கு சைக்கிள்ல போறியே, அது ஏன்?'

'லஷ்மண் வீட்டுக்கு ஒரு ஷார்ட் கட் இருக்கு, அதுல சைக்கிள்ல போறது சுலபம், காசும் மிச்சம்!'

'எக்ஸாக்ட்லி! அதேமாதிரி, உன்னோட வரலாற்றுப் பாடத்துக்கு மனப்பாடம்ங்கற ஷார்ட் கட் ஓகே, ஆனா, கணக்குப் பாடத்துக்கு அது நாட் ஓகே, புரிஞ்சு படிக்கறதுங்கற லாங் ரூட்தான் அங்கே பொருந்தும்! அம்மா சொன்னாங்கன்னு எல்லாத்தையும் மனப்பாடம் செய்யக்கூடாது!'

'இதைப்பத்தி வள்ளுவர் இடன் அறிதல்ன்னு ஓர் அதிகாரமே எழுதியிருக்கார், தெரியுமா?' என்றார் கீதா, 'குறிப்பா, இந்தக் குறள் உனக்காகவே எழுதினமாதிரி இருக்கு.'

> கடல் ஓடா கால்வல் நெடும் தேர், கடல் ஓடும்
> நாவாயும் ஓடா நிலத்து!

அதாவது, பெரிய சக்கரங்களை உடைய தேர், உனக்குப் புரியறமாதிரி சொல்லணும்ன்னா, ஒரு பிரமாதமான ஏஸி கார்ன்னு வெச்சுக்கோயேன், அது தரையில சூப்பரா ஓடும், ஆனா கடல்ல ஓடாது. அதனால, கடலைத் தாண்டிச் செல்ற பயணத்துக்குக் கார் பயன்படாது. அதேபோல, பெரிய கப்பல் கடல்ல ஓடும், நிலத்துல ஓடாது!

இதோட அர்த்தம், நாம ஒரே வாகனத்தை எல்லா இடத்துலயும் பயன்படுத்த முடியாது, பயன்படுத்தக்கூடாது, இடத்துக்குத் தகுந்தாப்ல நம்மை, நம்ம கருவியை, நம்ம வாகனத்தை, நாம செயல்படறவிதத்தையெல்லாம் மாத்திக்கணும், அப்போ நிச்சயம் ஜெயிக்கலாம்!'

7. கோபத்தை விடு!

ரமேஷ் களைப்புடன் வீட்டுக்குள் நுழைந்தார். ஷூவைக் கழற்றி வைத்துவிட்டு சோஃபாவில் சரிந்து அமர்ந்தார்.

உள்ளேயிருந்து கீதா தண்ணீருடன் வந்தார். 'என்னாச்சு? இன்னிக்கு ரொம்ப டயர்டா இருக்கீங்க!'

'பெரிசா ஒண்ணுமில்லை, ஒரு முட்டாப்பயகிட்ட மாட்டிக்கிட்டேன்' என்று சிரித்தபடி அவர் கொடுத்த தண்ணீரை வாங்கிக் குடித்தார் ரமேஷ், 'எங்க மேனேஜரைத்தான் சொல்றேன்!'

'மேனேஜரா? அவர் ரொம்ப நல்லவருன்னு சொல்வீங்களே!'

'நல்லவர்தான், ஆனா அப்பப்போ அவருக்கு எதாவது கிறுக்குப் பிடிச்சுடும்' என்றார் ரமேஷ், 'போன வாரம் எனக்கு ஒரு வேலை கொடுத்தார், அதை ஒழுங்காச் செஞ்சு கொடுத்துட்டேன். இன்னிக்குத் திடீர்னு கூப்பிட்டு நான் சொன்ன வேலை இது இல்லை, நீங்க செஞ்சதெல்லாம் தப்புங்கறாரு!'

'என்னப்பா காமெடி பண்றீங்க?' என்றபடி உள்ளேயிருந்து வந்தாள் ரம்யா, 'அப்படியெல்லாம் மாத்திப் பேசுவாங்களா என்ன?'

'பேசிட்டாரே, என்ன செய்ய?'

'நீங்க சொன்னதுதான் இதுன்னு அடிச்சுப் பேசவேண்டியதுதானே?'

'என்னதான் சொன்னாலும் அவர் என்னோட மேலதிகாரி, அவர்கிட்ட சண்டைபோட்டு என்ன புண்ணியம்? சரி, நீங்க சொல்றபடி மாத்தித் தர்றேன்னு ஒத்துக்கிட்டேன்.'

'அப்படீன்னா, உங்களுக்குக் கோவமே வரலையாப்பா?'

ரமேஷ் சிரித்தபடி அவளுடைய தலைமுடியைக் கோதினார். 'கோபம் தப்பும்மா, குறிப்பா, நம்மைவிடப் பெரியவங்ககிட்ட, நாம கோபப்பட்டு எந்தப் பலனும் இருக்காதுங்கற எடத்துல கோபப்படாம இருக்கறது நல்லது!'

'ஒருவேளை நான் அங்கே கோபப்பட்டிருந்தா, அவர் மனம் மாறியிருப்பாரா என்ன? மாத்திச் செஞ்சுடறேன்னு சொன்னா அவருக்கும் சந்தோஷம், நமக்கும் நிம்மதி!'

ரம்யா குழப்பத்துடன் எழுந்தாள். 'நீங்க சொல்றது சரின்னும் தோணுது, தப்புன்னும் தோணுது, கரெக்டாப் புரியலை!'

ரமேஷ் ஏதோ விளக்குமுன் வாசலில் சத்தம் கேட்டது, 'ஐயா...'

'யாரது? உள்ளே வாங்க' என்றார் ரமேஷ்.

பெயின்டர் ஏழுமலை தயக்கத்துடன் வந்தார். 'ஐயா, ஒரு சின்னப் பிரச்னை' என்றார்.

'என்னாச்சு ஏழுமலை?'

'நம்ம வீட்டுக்குப் பெயின்ட் அடிச்சு ஏழெட்டு வருஷமாச்சுன்னு கலர்ல்லாம் குறிச்சுக்கொடுத்திருந்தீங்க.'

'சரி, அதுக்கென்ன இப்போ?'

'கடைக்குப் போனபோது ஏதோ ஞாபகத்துல தப்பான கலர்ல பெயின்ட் வாங்கிட்டேன்' என்றார் ஏழுமலை. 'இப்ப அவன் ரிடர்ன் வாங்கமாட்டேங்கறான், நான் என்ன செய்யறதுன்னு புரியலை.'

ரமேஷ் சிரித்தார். 'இதுதானா பிரச்னை? என்ன கலரானா என்ன ஏழுமலை, தாராளமா நீங்க வாங்கிவந்த கலரையே அடிச்சுடுங்க.'

'ரொம்ப நன்றிய்யா' என்று நெகிழ்ச்சியுடன் கும்பிட்டார் ஏழுமலை. 'நான் நாளைக்குக் காலையில வேலையை ஆரம்பிச்சுடறேன்' என்று சொல்லிவிட்டுக் கிளம்பினார்.

இதைப் பார்த்துக்கொண்டிருந்த ரம்யா மீண்டும் ரமேஷிடம் வந்தாள், ‘அப்பா, இவர் செஞ்சது தப்புதானே?’

‘ஆமா, தப்புதான்!’

‘இவர் உங்களுக்கு மேலே இல்லையே, இவர்மேல நீங்க ஏன் கோவப்படலை?’ என்றாள் அவள், ‘நான் சொன்ன பெயின்ட்தான் வேணும்ன்னு நீங்க பிடிவாதம் பிடிச்சிருக்கலாமே!’

‘செஞ்சிருக்கலாம், அதனால என்ன கிடைக்கும்?’

‘நாம விரும்பின பெயின்ட் கிடைக்கும்!’

‘அவருக்கு?’

ரம்யா கொஞ்சம் யோசித்து, ‘காசு நஷ்டமாகும்’ என்றாள்.

‘அதனாலதான் நான் கோபப்படலை’ என்று சிரித்தார் ரமேஷ், ‘அதுமட்டுமில்லை, பெரியவங்ககிட்ட கோவப்படக்கூடாதுன்னு சொன்னா உடனே நம்மைவிடச் சின்னவங்ககிட்ட கோவப்படலாம்ன்னு அர்த்தம் எடுத்துக்கக்கூடாது.

கோவம் கூடாதுங்கறதுக்காகத் திருவள்ளுவர் ஒரு முழு அதிகாரமே எழுதியிருக்கார். வெகுளாமைங்கற அந்த அதிகாரத்துல ஒரு குறளைமட்டும் சொல்றேன், கேளு.

> செல்லா இடத்துச் சினம்தீது; செல்லிடத்தும்
> இல் அதனின் தீய பிற.

அதாவது, நம்ம கோபம் பயன்படாதுங்கற இடத்துல கோபப்படக்கூடாது. ஒருவேளை அந்தக் கோபம் பயன்படும்ங்கற இடத்துலகூட, அதைவிடத் தீமையான ஒண்ணு கிடையாது. அதனால, கோபப்படாம நம்ம வேலையைச் செய்யணும், அதுதான் சிறந்த வழி!’

8. குழப்பமும் தெளிவும்

'அம்மா, எனக்கு ஒரு ஹெல்ப் வேணும்!'

'என்னடா கண்ணா?'

'நாளைக்கு எங்க ஸ்கூல்ல பேச்சுப்போட்டி' என்றான் கண்ணன், 'நான் அதுல கலந்துக்கப் பேர் கொடுத்திருக்கேன்!'

'சரி, அதுக்கு என்ன இப்போ?'

'அந்தப் போட்டிக்கு என்ன பேசறதுன்னு எனக்குத் தெரியலைம்மா, என்னோட பேச்சைத் தயார் பண்றதுக்கு நீ கொஞ்சம் உதவி செய்வியா?'

கீதா சிரித்தார், 'உன் பேச்சை நீதான் தயார் செய்யணும் கண்ணா! நான் எழுதித் தர்றதை அப்படியே மேடையில ஏறிப் பேசறதுக்கு நீ என்ன மெஷினா?'

'இல்லைம்மா, நம்ம சரவணனுக்கெல்லாம் அவங்கப்பாதான் ஸ்பீச் எழுதிக் கொடுத்தாராம்!'

'அதனால? நாமும் அதே தப்பைச் செய்யணுமா?'

கண்ணன் தலைகுனிந்து நின்றான். செய்வது தவறு என்று புரிந்த மனோபாவம்.

கீதா கம்ப்யூட்டரை ஆன் செய்தார், 'கண்ணா, குழந்தைங்களுக்கு ஸ்கூல்லயும் வெளியிலயும் இதுமாதிரிப் போட்டிகள் வைக்கக் காரணமே, அவங்களோட க்ரியேட்டிவிட்டியை வளர்க்கறதுதான்,

ஒரு தலைப்பை எடுத்துக்கிட்டு நீயே விவரங்களைத் தேடணும், உன்னுடைய பேச்சைத் தயார் செய்யணும், அதை எங்ககிட்ட காட்டிக் கருத்து கேட்டா நியாயம், எங்களையே பேச்சை எழுதச் சொல்றது சரியில்லையே!'

'சரிம்மா, அட்லீஸ்ட் எப்படி விவரங்களைத் தேடுறதுன்னு சொல்லிக்கொடு!'

'அதுக்குதான் கம்ப்யூட்டர்' என்று அவன் கன்னத்தில் செல்லமாகத் தட்டினார் கீதா, 'நாங்கல்லாம் ஸ்கூல் படிக்கும்போது எல்லாத்துக்கும் லைப்ரரிக்கு ஓடுவோம், இப்ப உங்ககிட்ட இன்டர்நெட் இருக்கு, நீயே வேண்டியதை அடிச்சுத் தேடிக்கோ!'

கண்ணனின் குழப்பம் இன்னும் தீரவில்லை. அவரைத் திகைப்புடன் பார்த்தான்.

'என்னாச்சுடா? உனக்குதான் இன்டர்நெட்ல தேடத் தெரியுமே!'

'ஏற்கெனவே தேடிட்டேன்ம்மா, ஆயிரக்கணக்குல ரிசல்ட் வருது! எதைப் படிக்கறது, எதை விடறதுன்னே புரியலை!'

'என்னது? ஆயிரக்கணக்குல ரிசல்ட்டா? அப்படி என்ன தலைப்பு கொடுத்திருக்காங்க உங்க பேச்சுப் போட்டிக்கு?'

'இந்தியாவின் வளர்ச்சி!'

கீதா சிரித்தார், 'இதுவா தலைப்பு?'

'ஆமாம்மா!'

'கண்ணா, இது ரொம்பப் பொதுவான சப்ஜெக்ட், இந்தியாவோட வளர்ச்சின்னா, எந்த இந்தியா? சுதந்திர இந்தியாவா? இப்போதைய இந்தியாவா? காந்தி வாழ்ந்த இந்தியாவா? அசோகன் ஆண்ட இந்தியாவா? அல்லது அதுக்கும் முன்னாடியா? வளர்ச்சின்னா, எந்தத் துறை வளர்ச்சி? பெண் வளர்ச்சியா? கிராம வளர்ச்சியா? கல்வி வளர்ச்சியா? தொழில் வளர்ச்சியா? கலாசார வளர்ச்சியா? போக்குவரத்து வளர்ச்சியா? தொலைத்தொடர்பு வளர்ச்சியா? இதுல நீ எதைப் பேசணும்? எவ்ளோ நேரம் பேசணும்?'

சற்றே யோசித்த கண்ணன், 'சரியா ஞாபகம் இல்லைம்மா' என்றான், 'தலைப்புமட்டும் ஞாபகம் இருக்கு, மத்த விவரமெல்லாம் மறந்துபோச்சு!'

'நிஜமா மறந்துபோச்சா? அல்லது, நீ கேட்கலையா?'

கண்ணன் மீண்டும் அவமானமாகத் தலைகுனிந்துகொண்டான்.

'மறுபடி நான் அட்வைஸ் பண்றேன்னு நினைக்காதே கண்ணா, பேச்சுப் போட்டிக்கு ரொம்ப முக்கியமான விஷயமே தலைப்புதான், அதைக்கூட சரியா விசாரிச்சுக்காம நீ எந்தத் தைரியத்துல பேர் கொடுத்தே?'

'சப்ஜெக்டைப் போட்டா உடனே இன்டர்நெட்ல விவரங்கள் கொட்டும்ன்னு நினைச்சேன்ம்மா, அதான் அலட்சியமா இருந்துட்டேன், ஸாரி!'

'அப்படியே இருந்தாலும்கூட, நீ அரைகுறையா ஒரு விஷயத்தைத் தெரிஞ்சுகிட்டு அதுல இறங்கறது மடத்தனம்' என்றார் கீதா, 'திருவள்ளுவர் என்ன சொல்றார் தெரியுமா?

தெளிவு இல் அதனைத் தொடங்கார், இளிவு என்னும்
ஏதப்பாடு அஞ்சுபவர்.

தெரிந்து செயல்வகைங்கற அதிகாரத்துல வர்ற குறள் இது. புத்திசாலிங்க அவசரப்படமாட்டாங்க, அலட்சியமா இருக்கமாட்டாங்க, எந்த ஒரு விஷயத்தையும் நல்லா, தெளிவாத் தெரிஞ்சுகிட்டுதான் அதைத் தொடங்குவாங்க, அப்போதான் அவங்களுக்கு இழிவு வராம இருக்கும், புரியுதா?'

'புரிஞ்சதும்மா, இப்ப நான் என்ன செய்யறது?'

'உன் ஃப்ரெண்டுங்க யாருக்காவது போன் செஞ்சு கேளு, அவங்களுக்கு இந்தத் தலைப்பைப்பத்தித் தெளிவாத் தெரிஞ்சிருந்தா, அதைப் புரிஞ்சுகிட்டு, இன்டர்நெட்ல விவரம் தேடு, அல்லது, இந்தியாவோட வளர்ச்சியைப்பத்தி நீயே சொந்தமாச் சிந்திச்சு ஒரு ஸ்பீச் எழுது!'

'ஒருவேளை அவங்களுக்கும் தெரியலைன்னா?'

'அதான் சொன்னேனே, தெளிவு இல்லாம எதையும் தொடங்கக் கூடாது, பேச்சுப் போட்டியிலேர்ந்து புத்திசாலித்தனமா விலகிக்கோ, அதுதான் வள்ளுவர் சொல்ற 'இழிவு', அதாவது, மேடையில உனக்கு அவமானம் வராம தடுக்கும்!'

௯. ஆக்கமும் ஊக்கமும்

கண்ணன், ரம்யா இருவரும் அப்பாவுடன் கடைவீதிக்குச் சென்றுகொண்டிருந்தார்கள். அவர்கள் கையில் ஆளுக்கு ஒரு துணிப்பை.

'இப்போ பிளாஸ்டிக் பைகளை அதிகமாப் பாக்கமுடியறதே இல்லை' என்றார் ரமேஷ். 'முன்னெல்லாம் எந்தக் கடைக்குப் போனாலும் கலர் கலரா எதாவது ஒரு பிளாஸ்டிக் பையை நீட்டிடுவான். நாமும் யோசிக்காம வாங்கிட்டு வந்து தெருவெல்லாம் குப்பை போடுவோம்.'

'ஆனா, இப்போ அதுக்குன்னு தனியா காசு வசூலிக்க ஆரம்பிச்சவுடனே, நாமெல்லாம் டக்குன்னு துணிப்பைக்கு மாறிட்டோம், சிக்கனத்துக்குச் சிக்கனம், சுற்றுச்சூழலுக்கும் நல்லது!'

'அப்பா, ப்ளாஸ்டிக்ன்னு சொன்னதும் ஞாபகம் வருது, எங்க ஸ்கூல் முன்னாடி ஒரு பெரிய குட்டை இருக்கும், தெரியுமா?' என்றாள் ரம்யா.

'குட்டையா அது? சின்ன சைஸ் ஏரி!' என்று சிரித்தார் ரமேஷ், 'அதுல ஊர்க் குப்பையெல்லாம் விழுந்து அடைச்சுகிட்டு, ஏகப்பட்ட துர்நாத்தம் அடிக்குமே, அந்தக் குட்டையைதானே சொல்றே?'

‘ஆமாம்பா’ என்றாள் ரம்யா, ‘ஆனா இப்போ, அந்தக் குட்டையில எந்தக் குப்பையும் இல்லை, நாத்தமும் இல்லை!’

‘அட, நிஜமாவா? எப்படி?’

‘எங்களுக்கே ஆச்சர்யமாதான்ப்பா இருக்கு, நேத்து ஒரு அரசாங்க வண்டி வந்து ஒரே நாள்ல எல்லாக் குப்பையையும் வாரிச் சுத்தப்படுத்திடுச்சு, ஏதேதோ மருந்தெல்லாம் அடிச்சு, சுத்தி பாதுகாப்பு வலையெல்லாம் கட்டி அழகாக்கிட்டாங்க!’

‘பிரமாதம்!’ என்றார் ரமேஷ், ‘யாராவது எம்.எல்.ஏ.வோட வேலையா இருக்கும்!’

‘இல்லைப்பா, எங்க ஸ்கூல் பசங்களோட வேலை’ என்றாள் ரம்யா, ‘இன்னும் கரெக்டா சொல்லணும்ன்னா, ரெண்டு பசங்க சேர்ந்து செஞ்ச வேலை!’

‘வெரி குட், யார் அந்தப் பசங்க?’

‘என் க்ளாஸ் மேட்ஸ்தான்ப்பா, ஒருத்தன் பேரு சரவணன், இன்னொருத்தன் ரகு, ஆரம்பத்துல, அவங்க இப்படி ஒரு வேலையை ஆரம்பிக்கப்போறோம்ன்னு சொன்னப்போ, நாங்க அவங்களைக் கிண்டலடிச்சோம்ப்பா, இதெல்லாம் கவர்ன்மென்ட்தான் செய்யணும், நாம செய்யமுடியாது, செய்யக்கூடாது, வேணும்ன்னா அவங்களுக்கு ஒரு மனு எழுதிப் போடுவோம், மத்தபடி அதைத் தாண்டி இதுல இறங்கறது வேஸ்ட்ன்னுதான் எங்க டீச்சரே சொன்னாங்க!’

‘அப்புறம்?’

‘இந்தப் பசங்க ஏதோ ஒரு நம்பிக்கைல தொடர்ந்து முயற்சி செஞ்சாங்க, எல்லா டீச்சர்ங்ககிட்டயும் பேசினாங்க, ப்ரின்சிபல்கிட்ட பேசினாங்க, அவர் இதுக்கெல்லாம் ரொம்ப காசு தேவைப்படும், அரசாங்க அனுமதி வாங்கணும், அதையெல்லாம் பார்த்துக்கிட்டிருந்தா படிப்புல கவனம் இருக்காதுன்னு அவங்களை அதட்டினார்.’

‘அப்பவும், அவங்க ரெண்டு பேரும் இதை விட்டு வரலைப்பா. ஸ்கூல்ல ஒரு உண்டியல் வெச்சு எல்லார்கிட்டயும் காசு கலெக்ட் பண்ணாங்க. நான்கூட அம்மாகிட்டே கேட்டு நூறு ரூபாய் கொண்டுபோய் போட்டேன்.’

'ஆனா, இப்படி வசூல் செஞ்ச காசு அவங்க எதிர்பார்த்த அளவுக்கு வரலையாம். வேற என்ன செய்யலாம்ன்னு அவங்க யோசிச்சுகிட்டிருந்தப்போ, அரையாண்டுப் பரீட்சை வந்துடுச்சு!'

'சரி, இந்தப் பசங்க எல்லாத்தையும் மறந்துடுவாங்கன்னு நாங்க நினைச்சோம். டீச்சர்ஸூம் ஒழுங்கா படிப்பைக் கவனிங்கன்னு எவ்வளவோ அதட்டினாங்க, அவங்க கேட்கலை, எக்ஸாம் எழுதினதுபோக மீதி இருக்கிற நேரத்தில யார் யாரோ கவர்ன்மென்ட் ஆஃபீசர்ஸ், அரசியல்வாதிங்களையெல்லாம் பார்த்துப் பேசிக்கிட்டிருந்தாங்க.'

ரம்யா மீதி கதையைச் சொல்வதற்குள், கடை வந்துவிட்டது. அவர்கள் மளிகை லிஸ்டைக் கடைக்காரரிடம் கொடுத்துவிட்டு ஓரமாக ஒதுங்கி நின்றார்கள். பெட்டிக் கடையில் இரண்டு வாழைப்பழங்கள் வாங்கி அவர்களுக்குக் கொடுத்தார் ரமேஷ்.

'அப்புறம் என்ன ஆச்சு ரம்யா?' கண்ணன் ஆவலுடன் கேட்டான்.

'திடீர்ன்னு போன வாரம், அவங்களுக்கு ஏதோ லக். எங்க ஸ்கூல்ல படிக்கற ஒரு பொண்ணோட சித்தப்பா கலெக்டரோட ஃப்ரெண்டாம். அவர்மூலமாப் பேசி, அரசாங்கமே வந்து குட்டையைச் சுத்தப்படுத்த ஏற்பாடு செஞ்சுட்டாங்க. நாங்க கொடுத்த பணத்தை வெச்சுக் குட்டையைச் சுத்தி வேலி போட்டு ஒழுங்கு பண்ணிட்டாங்க!'

'அட, அப்போ அவங்க எக்ஸாம் என்ன ஆச்சு?'

'அது இன்னும் பெரிய கதை. இவ்ளோ வேலைக்கு நடுவுலயும், அவங்க ரெண்டு பேரும் சூப்பரா பரீட்சை எழுதி டாப் மார்க்ஸ் வாங்கியிருக்காங்க. டீச்சர்ஸ்ல ஆரம்பிச்சு ப்ரின்சிபல்வரைக்கும் எல்லாருக்கும் ஆச்சர்யம்!'

ரமேஷ் மகிழ்ச்சியுடன் தலையாட்டினார். 'ரொம்ப ரொம்ப நல்ல விஷயம் ரம்யா, அந்தச் சரவணன், ரகு ரெண்டு பேரையும் நான் சந்திக்கணுமே!'

'நாளைக்கு நானே அவங்களை நம்ம வீட்டுக்கு வரச் சொல்றேன்ப்பா!'

'ம்ஹூம், நாமதான் அவங்களைப் போய்ப் பார்க்கணும், அதுதான் முறை!'

'ஏன்ப்பா அப்படிச் சொல்றீங்க?'

'நான் சொல்லலை ரம்யா, வள்ளுவர் சொல்றார்' என்றார் ரமேஷ், 'திருக்குறள்ல ஊக்கம் உடைமைன்னு ஓர் அதிகாரம், அதுல ஒரு குறள் சொல்றேன், கேளு!

ஆக்கம் அதர்வினாய்ச் செல்லும் அசைவு இலா
ஊக்கம் உடையான் உழை.

அதாவது, ஒருத்தன் எத்தனை இடைஞ்சல் வந்தாலும் பரவாயில்லைன்னு ஒரு விஷயத்துக்காக ஊக்கத்தோட வேலை செஞ்சான்னா, அவனை நோக்கி ஆக்கம் தானா வருமாம், அதாவது, அவன் அதைத் தேடிப் போகவேண்டியதில்லை, அதுவே வழி கேட்டுக்கிட்டு அவனைத் தேடி வருமாம்!'

'நீ சொன்னமாதிரி சரவணனுக்கும் ரகுவுக்கும் வெறும் லக், அதிர்ஷ்டம் இல்லை ரம்யா, அவங்களுக்குள்ளே ஊக்கம் இருந்திருக்கு. அதனாலதான் இப்படி ஒரு வெற்றி அவங்களைத் தேடி வந்திருக்கு!'

10. மூன்று கோணங்கள்

கண்ணன் வியர்க்க விறுவிறுக்க வீட்டுக்குள் நுழைந்தான். கையிலிருந்த பேட்டை ஒரு பக்கமாக வீசிவிட்டு, 'அம்மா, தண்ணி!' என்றான்!

'முதல்ல கை, கால் கழுவிட்டு வா' என்றார் கீதா. அவனுக்காகப் பானைத் தண்ணீரை ஒரு செம்பில் முகந்து வைத்தார்.

கண்ணன் தன்னைச் சுத்தப்படுத்திக்கொண்டு வந்தான். தண்ணீரை மளமளவென்று குடித்தான். 'அம்மா, எனக்கு ஒரு சந்தேகம்' என்றான்.

'என்ன சந்தேகம்?' கீரையை ஆய்ந்தபடி கேட்டார் கீதா.

'என் ஃப்ரெண்ட் வடிவேலன் இருக்கானே, அவன் வீட்டுல நாளைக்கு ஏதோ ஃபங்ஷனாம். அதுக்கு எங்களையெல்லாம் கூப்பிட்டிருக்கான், நான் போய்ட்டு வரட்டுமா?'

'தாராளமாப் போய்ட்டு வா, இதுக்கு எதுக்கு என் பர்மிஷன் கேட்கறே?'

கண்ணன் சற்றுத் தயங்கி, 'அதில்லம்மா, அவங்க வீடு ரொம்பத் தொலைவாச்சே, அவ்ளோ தூரம் நான் சைக்கிள்ல போகட்டுமா, இல்லைன்னா பஸ்ல போகறதா?'

கீதா சிரித்து, 'அதை நீதான் தீர்மானிக்கணும்' என்றார், 'நீ என்ன இன்னும் சின்னப் பிள்ளையா?'

'நீ சொல்லும்மா!'

'கண்ணா, நீ என்ன செய்யணும்ன்னு நானே சொல்லிக் கட்டளை போடறது ரொம்பச் சுலபம், பல பேரன்ட்ஸ் அப்படிதான் செய்யறாங்க, ஆனா அதைக் காட்டிலும், நீயே அதை யோசிச்சுத் தீர்மானிக்கறது இன்னும் நல்ல விஷயம். அப்போதான் நீ தைரியமா வாழ்க்கையை எதிர்கொள்ளப் பழகிக்குவே! அதுக்காகதான் நானும் உங்க அப்பாவும் உனக்கும் ரம்யாவுக்கும் முழு சுதந்திரம் கொடுத்திருக்கோம். தேவையான இடத்துல வழிகாட்டுவோம், அது போதும்!'

'எனக்கு அது புரியுதும்மா, என் ஃப்ரெண்ட்ஸ் பல பேர் எங்கம்மா என்னை அதைச் செய், இதைச் செய்ன்னு வற்புறுத்தறாங்கன்னு புலம்பறாங்க, ஆனா நீங்க எங்கமேல அப்படி எதையும் அநாவசியமாத் திணிக்கறதில்லை!' என்றான் கண்ணன். 'ஆனா அதேசமயம், இதை எப்படிச் செய்யறதுன்னு எங்களுக்கு ஒரு பயிற்சி வேணாமா? இதுமாதிரி சின்ன விஷயங்கள்லகூட சொந்தமா ஒரு தீர்மானத்துக்கு வர்றது கஷ்டமா இருக்கே, ஒருவேளை தப்பாத் தீர்மானிச்சுட்டோம்ன்னா என்ன பண்றதுன்னு பயம் வருதே, இன்னும் பெரிய பெரிய விஷயங்கள்லயெல்லாம் நாங்க என்ன செய்யறது? அதைக் கொஞ்சம் சொல்லித்தாங்களேன்!'

'பெரிய மனுஷன்மாதிரி பேசறே' என்று சிரித்தார் கீதா, 'சரி, சிம்பிளா ஒரு ஃபார்முலா சொல்றேன்.'

'முதல்ல, நீ என்ன செய்ய நினைக்கறியோ அந்த விஷயத்தை எடுத்துக்கோ, அதைச் செஞ்சா என்ன நல்லது நடக்கும்ன்னு கொஞ்சம் யோசி!'

'இப்போ அந்த வடிவேலன் வீட்டு ஃபங்ஷனுக்குப் போற விஷயத்தையே எடுத்துக்குவோம். அதுக்குச் சைக்கிள்ல போனா என்ன நல்லது?'

'ஜாலியா இருக்கும், ஃப்ரெண்ட்ஸோட பேசிகிட்டுப் போகலாம். பஸ்ஸுக்குக் காத்திருக்கவேண்டியதில்லை. டிக்கெட் செலவு மிச்சம்!'

'குட், அடுத்து, அதே விஷயத்தைச் செஞ்சா என்ன கெட்டது நடக்கும்ன்னு கொஞ்சம் யோசி!'

கண்ணன் சற்றே தயங்கி, 'கால் வலிக்கும்' என்று சிரித்தான். 'வெளியே ஏகப்பட்ட வெயில், சீக்கிரமா வியர்த்துப்போய் களைச்சுடுவோம், வழியில ரெண்டு பெரிய ரோட் இருக்கு, அங்கே கவனமா வண்டி ஓட்டணும், இல்லைன்னா விபத்து நடக்க வாய்ப்பிருக்கு!'

'இப்போ, முக்கியமான மூணாவது விஷயம், இப்போ இந்த வேலையைச் செய்யறதுனால, பின்னாடி உனக்கு ஏதாவது பலன் உண்டான்னு யோசிக்கணும்!'

'பின்னாடின்னா? புரியலையே!'

'உடனடிப் பலனா இல்லாம, நீண்டநாள் பலனா ஏதாவது... உதாரணமா, சைக்கிள் ஓட்டறதால உடம்பு ஆரோக்கியமா இருக்குமில்லையா, அந்தமாதிரி ஏதாவது நன்மை உண்டா?'

'இது ஒண்ணும் பெரிய விஷயம் இல்லை கண்ணா, ரோட்டுல நடக்கும்போது, எதிர்ல வண்டி வருதான்னும் பார்த்து நடக்கணும், காலுக்குக் கீழே முள் ஏதாவது கிடக்குதான்னும் பார்க்கணும். அதேமாதிரிதான்!'

'பெரும்பாலான நேரத்துல, நாம உடனடிப் பலன் அல்லது உடனடி நன்மைகளைப் பார்க்கறோம், நீண்டநாள் நோக்குல சிந்திச்சா ஏதாவது நல்லது, கெட்டது இருக்குமான்னு யோசிக்க மறந்துடறோம்!'

'இன்னும் சிலர் நல்லா நீண்டநாள் நோக்குல யோசிப்பாங்க. ஆனா, உடனடியா, தங்கள் காலுக்குக் கீழே நடக்கற நல்லது, கெட்டதை மறந்துடுவாங்க. அதுவும் தப்புதான்.'

'அதனாலதான் இந்த ஃபார்முலா எல்லாத்தையும் யோசிக்கச் சொல்லுது, உடனே நடக்கற நன்மை, உடனே நடக்கற தீமை, பின்னாடி வரக்கூடிய பலன்... மூணு கோணத்துலயும் பார்த்து, நல்லா எடை போட்டுப் பார்த்துத் தீர்மானிக்கணும்.'

'இப்படி யோசிச்சா அது எப்பவும் கரெக்டா இருக்குமா? தவறே நடக்காதா?'

'எப்பவாச்சும் தவறு நடக்கலாம். ஆனா அதுக்கு வாய்ப்பு கம்மி!'

'வடிவேலன் வீட்டுக்குச் சைக்கிள்ல போகலாமாங்கறது உண்மையில ஒரு சின்னப் பிரச்னை. அதுக்குத் தீர்வு காணறது ரொம்பச் சுலபம். ஆனா பின்னாடி இதுமாதிரி இன்னும் பெரிய பெரிய பிரச்னைகளையெல்லாம் நீ சந்திக்கும்போது, இப்படிப் பயிற்சி எடுத்துக்கறது உதவும்!'

'சூப்பர்ம்மா, ரொம்ப தேங்க்ஸ்!'

'எனக்கில்லை, தேங்க்ஸ் வள்ளுவருக்குச் சொல்லு' என்றார் கீதா. 'இதுவும் திருக்குறள் பாடம்தான் கண்ணா. தெரிந்து செயல்வகைங்கற அதிகாரத்துல வர்ற குறள் இது!

அழிவதூஉம் ஆவதூஉம் ஆகி வழிபயக்கும்
ஊதியமும் சூழ்ந்து செயல்.

அதாவது, ஒரு செயலால வரக்கூடிய தீமை, நன்மை, பின்னாடி நிகழக்கூடிய பலன்னு எல்லாத்தையும் ஆராய்ஞ்சு பார்த்துட்டுதான் அதைச் செய்யணும். புரிஞ்சதா?'

11. கேட்காதே, கிடைக்கும்

கிராமத்தில் திருவிழா.

ரமேஷ் குடும்பத்தில் எல்லாரும் தாத்தா வீட்டில் ஒன்று கூடியிருந்தார்கள். பல வருடங்களுக்குப்பிறகு ஒருவரையொருவர் பார்த்துக்கொள்வதால் ஒரே பேச்சுச் சத்தம், கலகலப்பு, கும்மாளம்.

கண்ணனும் ரம்யாவும் கொல்லைப்புறத்தில் கோழிகளை வேடிக்கை பார்த்துக்கொண்டிருந்தார்கள். உள்ளேயிருந்து சத்தம் வந்தது, ‘ஏய் கண்ணா... ரம்யா...’

‘என்னம்மா?’ திரும்பிப் பார்க்காமல் கத்தினான் கண்ணன்.

‘ரெண்டு பேரும் வந்து சாப்பிட்டுட்டுப் போங்க!’

அவர்கள் மனமே இல்லாமல் வீட்டுக்குள் சென்றார்கள். தட்டில் போட்டுவைத்திருந்த சாப்பாட்டை எடுத்துக்கொண்டு சாப்பிட ஆரம்பித்தார்கள்.

முன் அறையில் அவர்களுடைய தாத்தா ஒரு நாற்காலியில் அமர்ந்து ஏதோ கணக்குகளைப் பார்த்துக்கொண்டிருந்தார். பக்கத்தில் ஒருவர் அவருக்கு விசிறிவிட்டுக்கொண்டிருந்தார்.

தாத்தா அதிகம் படிக்கவில்லை. ஆனால், அந்த ஊரில் அவருக்கு மிகுந்த மரியாதை, நிறைய நிலம், தோப்புகள், ஏகப்பட்ட சொத்து, ஆனால் ரொம்ப எளிமையாக இருக்கிற மனிதர்.

யாரையும் கோபமாகப் பேசமாட்டார். கண்ணன், ரம்யாவுடன் குழந்தைமாதிரி ஓடிப் பிடித்து விளையாடுவார். அவர்களுக்குத் தாத்தாவை ரொம்பப் பிடிக்கும்.

கண்ணன் தாத்தாவைப் பார்த்தபடி சாப்பாட்டைப் பிசைந்து வாயில் போட்டான், கதவு தட்டப்பட்டது, 'ஐயா...'

'யாரு?' விசிறிக்கொண்டிருந்தவர் கேட்டார்.

'நான்தாங்க... சின்னச்சாமி!'

விசிறிக்கொண்டிருந்தவர் வாசல் கதவைத் திறந்துவிட, அந்தச் சின்னச்சாமி தாத்தாவைப் பார்த்துக் கும்பிட்டபடி உள்ளே வந்தார், 'வணக்கம்ங்கய்யா!'

'வா சின்னச்சாமி, உட்காரு' என்றார் தாத்தா. 'நல்ல வெயில்ல வந்திருக்கே, மோர் சாப்பிடறியா?'

தாத்தா கேட்டு முடிப்பதற்குள் உள்ளேயிருந்து மோர் வந்தது. அவர் அதனை வாங்கிக் குடிக்கும்வரை காத்திருந்த தாத்தா 'என்ன விசேஷம் சின்னச்சாமி?' என்றார்.

'அடுத்த வாரம் என் பொண்ணுக்குக் கல்யாணம் வெச்சிருக்கேங்க' மஞ்சள் பையிலிருந்து அழைப்பிதழை எடுத்து ஒரு தட்டில் வைத்துப் பணிவோடு நீட்டினார் அவர், 'நீங்கதான் வந்திருந்து கல்யாணத்தை நடத்திக்கொடுத்துப் பிள்ளைங்களை ஆசிர்வாதம் பண்ணணும்!'

'நல்லது' என்று அழைப்பிதழை வாங்கிக்கொண்டார் தாத்தா. 'என்னாச்சு உனக்கு? முகம் இப்படிச் சோர்ந்திருக்கு?'

'அது ஒண்ணுமில்லைங்கய்யா, கல்யாண வேலைங்களுக்கு அலைஞ்சு திரிஞ்சதுல அப்படி...'

தாத்தா தனக்கு விசிறிவிட்டுக்கொண்டிருந்தவரிடம் ஏதோ சொல்ல, அவர் உள்ளே சென்று ஒரு கவரை எடுத்துவந்தார். அதைத் தாத்தா சின்னச்சாமியிடம் கொடுத்தார்.

'ஐயா... இது...'

'கல்யாணம்ன்னா ஆயிரம் செலவு இருக்கும், அதுக்காக யார்கிட்டயும் கையேந்திகிட்டு நிக்காதே, இந்தப் பணத்தை வெச்சுக்கோ, நல்லபடியா விசேஷத்தைக் கவனி!' என்றார் தாத்தா.

சின்னச்சாமி திகைத்துப்போயிருந்தார். நெகிழ்ச்சியில் அவரால் சரியாகப் பேசக்கூட இயலவில்லை. தாத்தாதான் அவரைத் தேற்றி அனுப்பிவைத்தார்.

இதைப் பார்த்துக்கொண்டே கண்ணன் சாப்பிட்டு முடித்தான். உள்ளே கை கழுவுவதற்காகச் சென்றவன் அங்கே புத்தகம் படித்துக்கொண்டிருந்த கீதாவிடம் இந்தக் கதையைச் சொன்னான். அவர் மெதுவாகச் சிரித்தார், 'உங்க தாத்தா எப்பவுமே அப்படிதான்' என்றார்.

'அப்படிதான்னா?'

'யாருக்கு என்ன வேணும்ன்னு அவருக்குத் தெரியும், அவங்க கேட்கறதுக்கு முன்னாடி இவரே தந்துடுவார்!'

'அது ஏம்மா அப்படி?'

'கண்ணா, என்கிட்ட காசு இல்லை, கல்யாணச் செலவுக்கு உதவி செய்ங்கன்னு அந்தச் சின்னச்சாமி கேட்பாரா?'

'அவருக்கு வேணும்ன்னா கேட்டுதானே ஆகணும்?'

'உண்மைதான். ஆனா, அப்படிக் கேட்கும்போது அவருக்கு வெட்கமா, அவமானமா இருக்கும்ல? இன்னொருத்தர்கிட்ட இப்படிக் கேட்கறோமேன்னு அவர் கூச்சப்படுவார்ல?'

கண்ணன் கொஞ்சம் யோசித்துவிட்டு, 'ஆமாம்மா' என்றான், 'எனக்கே அடிக்கடி பென்சிலைத் தொலைச்சுட்டு ஃப்ரெண்ட்ஸ்கிட்ட ஹெல்ப் கேட்கும்போதெல்லாம் வெக்கமாதான் இருக்கும்.'

'ஒரு பென்சிலுக்கே இப்படின்னா, பண விஷயம் கேட்கும்போது அவங்க எவ்ளோ வருத்தப்படுவாங்க, யோசிச்சுப் பாரு' என்றார் கீதா. 'அதனாலதான், அவங்க கேக்கறதுக்கு முன்னாடி தாத்தா அதைப் புரிஞ்சுகிட்டு, அவங்களுக்குப் பணத்தைக் கொடுத்துடுவார். உதவிக்கு உதவியும் ஆச்சு, அவங்களுக்குக் கூச்சமும் குறையும். அதுதான் நல்ல விஷயம்!'

'இதுவும் திருக்குறள்ள உள்ள விஷயம்தான் கண்ணா! 'ஈகை' அதாவது, ஒருத்தருக்கு ஒரு விஷயத்தைக் கொடுக்கறதோட நன்மைகளைப்பத்திச் சொல்ற அதிகாரத்துல இந்தக் குறள் வருது!'

இலன் என்னும் எவ்வம் உரையாமை ஈதல்
குலன் உடையான் கண்ணே உள!

அதாவது, நல்ல குடும்பத்துல பிறந்தவங்கல்லாம், அடுத்தவங்க என்கிட்ட ஒரு விஷயம் இல்லைன்னு சொல்லிக் கேக்கறவரைக்கும் காத்திருக்கமாட்டாங்க, அதுக்கு முன்னாடியே அவங்களுக்கு அந்த விஷயத்தை எடுத்துக் கொடுத்துடுவாங்க. உங்க தாத்தாவைமாதிரி!'

12. நெஞ்சில் உரமுண்டு!

'கோல்ல்ல்ல்ல்!'

கூட்டம் பெரிதாகக் கத்தியது. பலர் உற்சாக மிகுதியில் எழுந்து நின்று நடனமாடினார்கள்.

'ச்சே' என்றாள் ரம்யா. சோர்வோடு நாற்காலியின் பின் பக்கமாகச் சாய்ந்து உட்கார்ந்தாள்.

'என்னாச்சு உனக்கு?' என்றார் கீதா. 'மேட்ச்சை ரசிக்காம இப்படி முகத்தை உர்ருன்னு வெச்சுகிட்டிருக்கே?'

'அம்மா, உனக்கு ஹாக்கி ரூல்ஸே தெரியாது' என்று அலுத்துக்கொண்டாள் ரம்யா, 'இப்ப கோல் போட்டது யாருன்னாவது தெரியுமா?'

'அதோ, அந்தப் பச்சை சட்டைக்காரப் பையன்தானே?'

'ஆமா, அவங்க டீம் ஏற்கெனவே 2 கோல் போட்டுட்டாங்க, இது மூணாவது கோல்!'

'அதுக்கென்ன இப்போ?'

'அம்மா, அவங்க நம்ம எதிரி டீம், ஏற்கெனவே மூணு கோல் போட்டுட்டாங்க, ஆனா நம்ம டீம், உன் பாஷைல சொல்றதுன்னா அந்த நீலச் சட்டைக்காரங்க இன்னும் ஒரு கோல்கூடப் போடலை'

சலிப்புடன் சொன்னாள் ரம்யா. 'இனிமே நாம எப்போ மூணு கோல் போட்டு அவங்களுக்குச் சமமா வந்து அப்புறம் மேட்ச்ல ஜெயிக்கறது?'

'விளையாட்டுதானே ரம்யா? இதிலென்ன எதிரி டீம்னெல்லாம் பேசறே? யார் நல்லா விளையாடறாங்களோ அவங்க ஜெயிப்பாங்க, அவ்ளோதானே!'

'நோ, நம்ம டீம்தான் ஜெயிக்கணும்!'

'சரி, அப்போ நல்லா விளையாடச் சொல்லு, ஜெயிக்கலாம்!'

'இனிமே எப்படி நல்லா விளையாடறது? அவ்ளோதான், இந்த மேட்ச் காலி!'

'அப்படியெல்லாம் சொல்லக்கூடாது ரம்யா, அங்கே உன்னோட டீம்ல விளையாடற ப்ளேயர்ஸும் உன்னைமாதிரியே நினைச்சா என்ன ஆகும்?'

'அவங்களும் அப்படிதாம்மா நினைச்சுகிட்டிருப்பாங்க' என்று எழுந்தாள் ரம்யா. 'சரி வா, நாம வீட்டுக்குப் போகலாம்! இனிமே இதைப் பார்க்கறது வேஸ்ட்!'

'ச்சே, மேட்ச் முடியறவரைக்கும் நம்பிக்கையைமட்டும் விடவே கூடாது ரம்யா' என்றார் கீதா. 'விளையாட்டுலமட்டுமில்லை, பொதுவாவே நாம இந்தமாதிரி ஒரு விஷயத்துல நம்பிக்கை இழந்துட்டோம்ன்னா, தோற்க ஆரம்பிச்சுட்டோம்ன்னு அர்த்தம்!'

'உதாரணமா, நீ ஒரு பரீட்சை எழுதறேன்னு வெச்சுப்போம், அதுல மொத்தம் பத்து கேள்விகள் இருக்கு, மூணாவது கேள்விக்குப் பதில் தெரியலைன்னு சோர்ந்து உட்கார்ந்துட்டா, மீதி இருக்கற ஒன்பது கேள்விகளுக்கும் சரியாப் பதில் எழுதி 90 மார்க் வாங்கமுடியாது, இல்லையா?'

'அந்தமாதிரி, எந்தச் சூழ்நிலை வந்தாலும், நம்பிக்கையை விடக்கூடாது. அது நம்மை எப்பேர்ப்பட்ட சிரமத்திலேர்ந்தும் கண்டிப்பாக் காப்பாத்தும்!'

'நீ இப்ப என்ன சொல்றே?'

'மேட்ச் இன்னும் முடியலை, அதுக்குள்ள அவசரப்படாதேன்னு சொல்றேன்' என்று ரம்யாவின் கையைப் பிடித்து இழுத்து

உட்காரவைத்தார் கீதா. 'அங்கே பாரு, உன்னோட டீம் மெம்பர்ஸ் எவ்ளோ சுறுசுறுப்பா விளையாடறாங்க, நீ அவங்களை ஊக்கப்படுத்தவேண்டாமா?'

கீதா சொன்னவிதத்தில் ரம்யாவுக்கும் ஆர்வம் பிறந்தது. மீண்டும் ஆட்டத்தைக் கவனிக்க ஆரம்பித்தாள்.

சில நிமிடங்கள்தான், ரம்யாவின் அணி ஒரு கோல் போட்டுவிட்டது. அவளுக்கு மகிழ்ச்சிதான். 'ஆனா, அவங்க மூணு கோல் அடிச்சிருக்காங்களே!' என்று நினைத்துக்கொண்டாள்.

இப்போது, நீலச் சட்டை வீரர்களிடையே புதிய வேகம். மளமளவென்று எதிர் அணியை மடக்கி இன்னும் இரண்டு கோல்களைப் போட்டுவிட்டார்கள். ஆட்டம் 3:3 என்ற சமநிலையில் வந்து நின்றது.

அதன்பிறகு, பல நிமிடங்களுக்கு கோல் எதுவும் விழவில்லை. ஆட்டம் இருதரப்பினருக்கும் வெற்றி, தோல்வி இல்லாமல் டிராவில் முடியப்போகிறது என்றுதான் பலரும் நினைத்தார்கள்.

ஆட்டம் நிறைவடையப்போகும் தருணம். பச்சைச் சட்டை அணி வீரர்கள் சற்றும் எதிர்பாராதவிதமாக அவர்களுடைய வியூகத்தை உடைத்து கோல் கம்பத்தை நெருங்கிய நீலச் சட்டை வீரர் ஒருவர் சட்டென்று இன்னொரு கோல் அடிக்க, 4:3 என்ற கணக்கில் நீலச் சட்டை அணி வெற்றி பெற்றது!

வீடு திரும்பும் வழியெல்லாம் ரம்யா இந்தப் போட்டியைப்பற்றிப் பேசிக்கொண்டே வந்தாள். 'சூப்பர் மேட்ச்ம்மா, 3:0லேர்ந்து 3:4க்கு வந்து ஜெயிப்போம்ன்னு நான் கொஞ்சம்கூட எதிர்பார்க்கலை, இந்த மேட்ச் காலின்னுதான் நினைச்சேன்!'

'ஆனா, உன் டீம் ப்ளேயர்ஸ் அப்படி நினைக்கலை ரம்யா, அதனாலதான் அவங்க ஜெயிச்சாங்க!' என்றார் கீதா, 'ஏன்னா, அவங்க மரம் இல்லை, மனுஷங்க!'

'என்னம்மா சொல்றே? அப்ப நான் மரமா?'

'கிட்டத்தட்ட அப்படிதான்' என்று சிரித்தார் கீதா. 'இதை நான் சொல்லலை, வள்ளுவர் சொல்றார், ஊக்கம் உடைமைங்கற அதிகாரத்துல!'

உரம் ஒருவற்கு உள்ள வெறுக்கை; அஃது இல்லார்
மரம், மக்கள் ஆதலே வேறு!

நம்மோட வலிமை எங்கேர்ந்து வருது தெரியுமா? உயரமான உடம்பு, நல்ல திடமான தோள்கள், கையில பலம், கால்ல பலம்... இதெல்லாம் ரெண்டாம்பட்சம், நம்ம நெஞ்சுல நம்பிக்கை இருக்கணும், ஊக்கம் இருக்கணும், அதான் உண்மையான உரம்!

ஒருவேளை அந்த வலிமை நமக்கு இல்லைன்னா, நாமளும் மரமும் ஒண்ணுதான். அதோ, அந்த மரம் சும்மா நிக்குதே, அதுமாதிரி நிக்கவேண்டியதுதான். சும்மா பார்க்கறதுக்கு வெளித் தோற்றத்தால மனுஷங்களைப்போல இருந்தாலும், நம்பிக்கை இல்லாட்டி நாம வெறும் மரம்தான்! புரியுதா?'

'நல்லாப் புரிஞ்சதும்மா, கண்ணுக்கு எதிரே பார்த்துட்டேன், அதுவும் நாலுவாட்டி!' என்று சிரித்தாள் ரம்யா.

13. நிதானம், நிம்மதி!

‘எட்டு மணிக்கு ரயில், இன்னும் மசமசன்னு உட்கார்ந்திருந்தா எப்படி?’ என்று அதட்டினார் ரமேஷ். ‘எல்லாரும் சட்டுன்னு கிளம்புங்க!’

‘அப்பா, மணி ஆறுதான் ஆகுது’ என்றான் கண்ணன். ‘இன்னும் கொஞ்ச நேரம் கழிச்சுக் கிளம்பினாப் போதும்ப்பா. என்ன அவசரம்?’

‘இந்த ஊர் ட்ராஃபிக்கைப்பத்தி உனக்குத் தெரியாதா கண்ணா? இப்ப கிளம்பினாதான் நேரத்துக்கு ஸ்டேஷனுக்குப் போகமுடியும்’ என்று சிரித்தார் ரமேஷ், ‘சீக்கிரம் கிளம்பு, உங்கம்மா ரெடியா?’

‘நான் ரெடி’ என்றார் கீதா. ‘இன்னும் சூட்கேஸ்மட்டும் எடுத்துவைக்கணும்!’

‘அட, இதையெல்லாம் முன்னாடியே பார்க்கறதில்லையா?’ அலுத்துக்கொண்டார் ரமேஷ், ‘சீக்கிரமா எல்லாத்தையும் எடுத்து வை கீதா, கிளம்பணும்!’

‘நிறைய நேரம் இருக்குங்க! ஏன் பதற்றப்படறீங்க?’

‘பதற்றம் இல்லைம்மா, முன்னெச்சரிக்கை’ என்றார் ரமேஷ், ‘ரம்யா எங்கே?’

'டிவி பார்த்துக்கிட்டிருக்கா!'

'ரம்யா, உன்னை டாக்ஸிக்கு போன் பண்ணி விசாரிக்கச் சொன்னேனே, செஞ்சியா?'

'ஆச்சுப்பா, ஆறே கால்க்கு வண்டி வந்துடும்!'

'மணி ஏற்கெனவே ஆறு பத்து ஆகிடுச்சு, எதுக்கும் ஒருவாட்டி போன் பண்ணிக் கேளு!'

'அப்பா, ஆறே கால்வரைக்கும் பொறுத்துப் பார்த்துட்டு அப்புறமா போன் செய்யலாமே!'

'இல்லை ரம்யா, இந்த வண்டி சொதப்பினா நம்ம பயணமே கெட்டுப்போயிடும். உடனே விசாரிச்சுடு. ஏழே காலுக்கு நாம ரயில்வே ஸ்டேஷன்ல இருக்கணும்!'

'எட்டு மணி ரயிலுக்கு ஏழே காலுக்கே போகணுமா? ஏன்?'

'அப்போதான் பரபரப்பு இல்லாம நிதானமா நடந்துபோய் ரயிலைப் பிடிக்கலாம். நேரம் ஆக ஆக ஆபத்து ஜாஸ்தி!'

'ஆனாலும் ரொம்பப் படுத்தறீங்க' என்றார் கீதா. 'ஒவ்வொருவாட்டி ஊருக்குப் போகும்போதும் சீக்கிரமாக் கிளம்பு, சீக்கிரமாக் கிளம்புன்னு ஒரே அவஸ்தை!'

'ஒரே ஒருவாட்டி ரயிலைப் பிடிக்காம சிரமப்பட்டா உனக்குத் தெரியும்' என்றபடி சூட்கேஸில் துணிகளை அடுக்க ஆரம்பித்தார் ரமேஷ், 'பேசினது போதும், கிளம்பற வழியைப் பாருங்க!'

சில நிமிடங்களில் சூட்கேஸ் தயாராகிவிட்டது. 'ரம்யா, வண்டியை விசாரிச்சியா?'

'ஆச்சுப்பா, இன்னும் ரெண்டு நிமிஷத்துல வந்துடும்!'

சொன்னபடி வண்டி வந்தது. பைகள், சூட்கேஸ்களை எடுத்துக்கொண்டு அவர்கள் புறப்பட்டார்கள். 'நேரா ரயில்வே ஸ்டேஷன் போகணும்ப்பா' என்று ஓட்டுநரிடம் சொன்னார் ரமேஷ். 'எட்டு மணிக்கு ரயில்!'

'எட்டு மணிதானே? நிறைய நேரம் இருக்கு சார்' என்றார் ஓட்டுநர்.

'பரவாயில்லை, நீ கிளம்பு!'

வண்டி நகரத் தெருக்களில் விரைந்து நெடுஞ்சாலையைத் தொட்டது. ஊருக்கு வெளியே உள்ள ரயில்வே நிலையத்தை நோக்கி ஓடத் தொடங்கியது.

சிறிது நேரம் கழித்து, சாலையில் ஏதோ ஊர்வலம். போக்குவரத்து வேறுபக்கமாகத் திருப்பிவிடப்பட்டிருந்தது. ‘சார், இது ரொம்பச் சுத்துவழியாச்சே!’

‘அதுக்கு என்ன பண்றது?’ என்றார் ரமேஷ், ‘சீக்கிரமாத் திரும்பு, இல்லாட்டி ரயிலைக் கோட்டை விட்றுவோம்!’

ஓட்டுநர் வண்டியை வளைத்துத் திருப்பினார். ஒரு சிறிய சாலையில் அதனை விரட்ட ஆரம்பித்தார். அது மேலும் மேலும் நீண்டுகொண்டே சென்றது.

கண்ணன் ரமேஷின் தோளைத் தொட்டு, ‘அப்பா’ என்றான். ‘ஒண்ணு கேட்டா கோவிச்சுக்கமாட்டீங்களே!’

‘என்னது?’

‘ஒருவேளை நாம இன்னிக்கு ரயிலை மிஸ் பண்ணிட்டா?’

ரமேஷ் வாய்விட்டுச் சிரித்தார், ‘இதுல கோவப்படறதுக்கு என்ன இருக்கு? இந்த ரயிலை மிஸ் பண்ணா அடுத்த ரயில், அதுவும் இல்லாட்டி பஸ்!’

‘என்னப்பா இப்படிச் சொல்றீங்க?’

‘ஆமாம் கண்ணா, இந்த ஒரு ரயிலைமட்டும் நம்பிக்கிட்டிருக்க முடியுமா? இது இல்லாட்டி இன்னொரு வண்டியைப் பிடிச்சுக் கிளம்ப வேண்டியதுதான்!’

‘அதுக்கு ஏன்ப்பா எங்களை அவ்ளோ அவசரப்படுத்தினீங்க? நாங்க நிதானமாக் கிளம்பியிருப்போம்ல?’

‘கண்ணா, ஒரு வண்டியைப் பிடிக்கக் கிளம்பும்போது, அதை விட்டுடாம இருக்கறதுக்கு நம்மால என்னவெல்லாம் முடியுமோ எல்லாத்தையும் செய்யணும்’ என்றார் ரமேஷ். ‘ஆனா, ஒருவேளை இத்தனை முயற்சிக்குப்பிறகும் அந்த வண்டியை நம்மால பிடிக்கமுடியலைன்னா, அதை நினைச்சு மனம் தளரக்கூடாது, அடுத்து என்ன செய்யறதுன்னுதான் யோசிக்கணும், அதான் புத்திசாலித்தனம்!

வண்டிக்குன்னு இல்லை, எந்த வேலைக்கும் இதான் வழிமுறை. இதை நான் சொல்லலை, திருவள்ளுவர் சொல்றார், வினைத் திட்பம்ங்கற அதிகாரத்துல!

ஊறு ஒரால், உற்ற பின் ஒல்காமை, இவ் இரண்டின்
ஆறு என்பர் ஆய்ந்தவர் கோள்!

அதாவது, ஒரு விஷயத்தைச் செய்யும்போது, அதுல எந்தத் தடையும் வராம பார்த்துக்கணும், ஒருவேளை தடை வந்துட்டா, வருத்தப்படக்கூடாது, தைரியமா அதை எதிர்கொள்ளணும், ஆராய்ஞ்சு ஒரு வேலையைச் செய்யறவங்க இந்த ரெண்டு விஷயத்துலயும் கவனமா இருப்பாங்க!'

ரமேஷ் சொல்லிக்கொண்டிருக்கும்போதே ரயில் நிலையம் வந்துவிட்டது. அவசரமாகக் கடிகாரத்தைப் பார்த்தான் கண்ணன். மணி ஏழு நாற்பதுதான்!

'ரயிலுக்கு இன்னும் இருபது நிமிஷம் இருக்கு, எல்லாரும் பதற்றமில்லாம நிதானமா வாங்க' என்று சிரித்தபடி வண்டியிலிருந்து இறங்கினார் ரமேஷ்.

14. மன்னித்துப் பார்!

'அம்மா... அம்மா...'

குரல் கேட்டு வெளியே வந்தார் கீதா, 'என்னாச்சுடா கண்ணா?'

'அம்மா' என்று கத்தியபடி ஓடிவந்த கண்ணனைப் பார்த்துப் பதறிப்போனார் அவர். 'என்னாச்சுடா? கைலெல்லாம் அடி பட்டிருக்கு, ரத்தம் வருது, எங்கேயாவது போய் விழுந்தியா?' என்றபடி அவனைக் குளியலறைக்கு அழைத்துச் சென்றார். காயங்களைக் கழுவிச் சுத்தப்படுத்தி மருந்து போட்டார்.

அதற்குள், கண்ணன் நடந்தவற்றை நூறு முறை சொல்லிவிட்டான், 'அந்த அபிலாஷ் இருக்கான்ல, அவன்தான் என்னைப் பிடிச்சுக் கீழே தள்ளிட்டான்ம்மா!'

'தெரியாம செஞ்சிருப்பான்டா, விடு!' என்றார் கீதா.

'இல்லைம்மா, வேணும்ன்னுதான் செஞ்சான்' என்றான் கண்ணன். 'நான் புது வீடியோ கேம் வாங்கிருக்கேன்ல, அதான் அவனுக்குப் பொறாமை!'

'அது எப்படி உனக்குத் தெரியும்?'

'என்னைக் கீழே தள்ளிட்டுச் சிரிச்சான்ம்மா, நான் பார்த்தேன்!'

கீதா சிரித்தார். 'அப்படியெல்லாம் நினைக்கக்கூடாது கண்ணா, நண்பர்களுக்குள்ளே இந்தமாதிரி சண்டையெல்லாம் சகஜம். இதைப் பெரிசுபடுத்தாதே!'

'இல்லைம்மா, நிஜமாவே அவனுக்கு என்மேல கோவம், அதனாலதான் திட்டம் போட்டு என்னைக் கீழே தள்ளிவிட்டான்!'

'சரி, அப்படியே வெச்சுக்குவோம்' என்றார் கீதா. 'இனிமே அவனோட விளையாடாதே, ஓகேயா?'

'அதெப்படி? அவன் என்னைத் தள்ளிவிட்டமாதிரி நானும் அவனைத் தள்ளிவிடணும்! அவனுக்கும் ரத்த காயம் படணும்!'

'சேச்சே!' என்று அவனுடைய தலையைக் கலைத்துவிட்டார் கீதா. 'இந்தமாதிரி பேசாதே கண்ணா, அது ரொம்பத் தப்பு!'

'அப்போ அவன் என்னைத் தள்ளிவிட்டதுமட்டும் கரெக்டா!'

'அது கரெக்ட் இல்லைன்னே வெச்சுக்குவோம், நிஜமாவே அவனுக்கு உன்மேல கோவம்ன்னே வெச்சுக்குவோம், அதுக்காக அவன்மேல நீயும் கோவப்படணுமா? அவனை மன்னிக்கக்கூடாதா?'

கண்ணன் கீதாவை நம்பமுடியாமல் பார்த்தான். எதுவும் பேசாமல் உள்ளே சென்றுவிட்டான்.

கீதா அவனுக்குப் பிடித்த ஏலக்காய் டீ தயாரித்துக்கொண்டு கண்ணனின் அறைக்குள் நுழைந்தார். 'இன்னும் கோவம் குறையலையா உனக்கு?'

'ரொம்ப வலிக்குதும்மா' என்று தன் காயங்களைக் காட்டினான் கண்ணன். 'அவன் வேணும்ன்னுதான்ம்மா தள்ளிவிட்டான். சும்மா சொல்றதுக்கு நான் ஒண்ணும் சின்னப் பையன் இல்லை!'

'சரி கண்ணா, அவன் நிஜமாத் தள்ளிவிட்டதாவே இருக்கட்டுமே, நீயும் பதிலுக்கு அவனைத் தள்ளணுமா?' என்றபடி டீயை அவனிடம் நீட்டினார் கீதா. 'ஏசுநாதர் என்ன சொன்னார்ன்னு நினைவிருக்கா? ஒரு கன்னத்துல அடிச்சா இன்னொரு கன்னத்தைக் காட்டணும்!'

'அதான் ஏன் காட்டணும்ன்னு கேட்கறேன்!'

கீதா அவனருகே அமர்ந்துகொண்டு நிதானமாகப் பேசினார், 'அடுத்தவங்கமேல கோவப்படறது ரொம்பச் சுலபம் கண்ணா. ஆனா, அப்போ உனக்குள்ள முழுக்க எதிர்மறை விஷயங்கள் நிரம்பியிருக்கும், இதயம் கன்னாபின்னான்னு துடிக்கும், எல்லார்மேலயும் எரிஞ்சு விழுவோம், எந்த வேலையையும் ஒழுங்காச் செய்யவே முடியாது!

அதனால, ஒருத்தர்மேல கோவப்படும்போது, அதனால அவங்களைவிட நமக்குதான் நஷ்டம் அதிகம். எந்நேரமும் கோவத்தை, வெறுப்பைச் சுமந்துகிட்டுத் திரியறது சுத்த முட்டாள்தனம்! அதுக்குப்பதிலா, அவனை மன்னிச்சுடு. சட்டுன்னு மனசு நிம்மதியாகிடும், அதுதான் உனக்கும் நல்லது!'

'ஆனா, அவன் மன்னிப்பே கேட்கலையே! சும்மா பேருக்குக்கூட ஸாரி சொல்லலைம்மா!'

'பரவாயில்லை கண்ணா, அவன் ஸாரி கேட்காமலே நீயா அவனை மன்னிக்கக்கூடாதா? அதனால உனக்கு எவ்ளோ நன்மைன்னு நான் சொன்னதைக் கொஞ்சம் யோசிச்சுப்பாரேன்!'

கண்ணன் யோசிப்பதுபோல் டீயை அருந்தத் தொடங்கினான். ஆனால் முகத்தில் சிறிய மாற்றமும் இல்லை.

புரிந்துகொண்ட கீதா தொடர்ந்து பேசினார், 'கண்ணா, உனக்கு ஒரு கதை சொல்றேன் கேளு. ஒரு தேள் தண்ணியில தத்தளிச்சுகிட்டிருந்ததாம், ஒருத்தர் அதை எடுத்துத் தரையில விட்டாராம், அது அவரோட கையைக் கொட்டிடுச்சாம்!

இதைப் பார்த்த இன்னொருத்தர் கேட்டாராம், ஏன்ய்யா, தேள் கொட்டும்ன்னு தெரிஞ்சும் அதைத் தொடறீங்களே, நீங்க என்ன முட்டாளா?

அதுக்கு இவர் பதில் சொன்னாராம், தேளோட வேலை கொட்டறது, மனுஷனோட வேலை எல்லாருக்கும் உதவி பண்ணறது, அது தன்னோட வேலையில உறுதியா இருக்கறதுபோல, நானும் என்னோட வேலையில உறுதியா இருக்கேன். அவ்ளோதான்!'

'இப்போ என்னை என்ன செய்யச்சொல்றீங்கம்மா?'

'அபிலாஷ்மேல இருக்கற கோவத்தை விடு. நாளைக்கு அவனைப் பார்த்தா சாதாரணமாப் பேசு' என்றார் கீதா, 'முக்கியமா, அவனைக் கீழே தள்ளணும்ங்கற நினைப்பை விடு!'

'அவன் எது செஞ்சாலும் சும்மா இருக்கணுமா?'

'அபிலாஷ்மட்டுமில்லை, மத்த யார் தப்பு செஞ்சாலும் நீயும் பதிலுக்குத் தப்பு செய்யக்கூடாது. எப்பவும் அடுத்தவங்களுக்காக நம்ம நல்ல இயல்பை மாத்திக்கக்கூடாது கண்ணா' என்று சிரித்தார்

கீதா, 'தீவினை அச்சம்ங்கற அதிகாரத்துல திருவள்ளுவர் என்ன சொல்றார் தெரியுமா?

அறிவினுள் எல்லாம் தலை என்ப, தீய
செறுவார்க்கும் செய்யா விடல்!

அதாவது, ஒருத்தன் நம்மமேல கோவப்பட்டு ஒரு கெட்ட விஷயத்தைச் செஞ்சாலும், பதிலுக்கு நாம ஒரு கெட்ட விஷயத்தைச் செய்யக்கூடாது, அதுதான் அறிவுலயே உசத்தியான அறிவு!

இல்லாட்டி, கெட்டதுக்குக் கெட்டது, அதுக்குக் கெட்டது, அதுக்குக் கெட்டதுன்னு எல்லாமே மோசமா மாறிடும், அதை நாம உடைக்கணும், நல்லது செய்யறதுகூட ரெண்டாம்பட்சம்தான், எனக்குக் கெட்டது செஞ்சவனுக்குப் பதிலுக்கு நானும் கெட்டது செய்வேன் அப்டீங்கற வன்மத்தை முதல்ல விடணும். ஒவ்வொருத்தரும் இப்படிச் செஞ்சா, கொஞ்ச நாள்ல எல்லாரும் நல்லவங்களாகிடுவாங்க!'

15. ஏழையும் பணக்காரரும்

கண்ணன், ரம்யா படிக்கும் பள்ளியில் ஆண்டு விழா.

அதற்காக, பள்ளி வளாகம் பிரமாதமாக அலங்கரிக்கப்பட்டிருந்தது. நடனம், பாட்டு, நாடகம், மெல்லிசைக் கச்சேரி, மிமிக்ரி என்று பலவிதமான நிகழ்ச்சிகளுக்கு ஒத்திகை மும்முரமாக நடந்துகொண்டிருந்தது.

விழாவுக்குச் சிறப்பு விருந்தினராக ஒரு பெரிய அரசு அதிகாரி அழைக்கப்பட்டிருந்தார். அவரோடு, 'புலவர் நாகராஜன் சிறப்புரை ஆற்றுவார்' என்றது அழைப்பிதழ்.

'யாருப்பா இந்த நாகராஜன்?' என்று கேட்டான் கண்ணன்.

'பெரிய பேச்சாளர்' என்றார் ரமேஷ். 'டிவிலகூட அடிக்கடி வருவாரே, பார்த்ததில்லை?'

'ம்ஹூம், நான் கேள்விப்பட்டதே இல்லை!'

'நீ டிவில எப்பவும் கார்ட்டூன் சானல்தான் பார்க்கறே. அப்பப்போ இவரைமாதிரி பெரிய அறிவாளிங்களோட பேச்சைக் கேட்டா நாலு நல்ல விஷயம் மனசுல பதியும்!' என்று சிரித்தார் ரமேஷ். 'சரி பரவாயில்லை, அவர்தான் உங்க ஸ்கூல் ஆண்டு விழாவுக்கு வர்றாரே, அவர் பேசறதை ஒரே ஒருவாட்டி கேளு, போதும், அதுக்கப்புறம் தானா அவரைத் தேடி டிவிக்கு ஓடுவே!'

'அவ்ளோ பிரமாதமாப் பேசுவாரா?'

'ஆமாம்டா, அவரோட கேசட், சிடி, புத்தகங்கள்ன்னு ஏராளமா விற்பனையாகுதே! அதையெல்லாம் பார்த்துதானே உங்க ஸ்கூல்ல அவரைப் பேசக் கூப்பிட்டிருக்காங்க?'

கண்ணனுக்கு ஆவல் அதிகரித்தது. அந்த நாகராஜனைப் பார்க்கவும் அவருடைய பேச்சைக் கேட்கவும் அவன் மிகுந்த ஆர்வத்துடன் இருந்தான். ஆண்டு விழா நாளை ஆவலுடன் எதிர்பார்த்துக்கொண்டிருந்தான்.

ஆண்டு விழா தினத்தன்று அவர்கள் வீட்டில் எல்லாரும் பேருந்துமூலம் பள்ளி வளாகத்தை வந்தடைந்தார்கள். வாசலிலேயே ஒரு சிறிய மாணவர் கூட்டம் விளையாடிக்கொண்டிருந்தது. 'அம்மா, நான் அவங்களோட சேர்ந்து விளையாடட்டுமா?' ஆசையாகக் கேட்டான் கண்ணன்.

கீதா கொஞ்சம் யோசித்துவிட்டு, 'சரி, ஆனா ஜாக்கிரதையா இங்கேயே விளையாடணும், வெளியே எங்கேயும் போகக்கூடாது. சரியா?' என்றார். 'பத்தே பத்து நிமிஷம்தான், நிகழ்ச்சி ஆரம்பிக்கும்போது அங்கே வந்துடணும், சட்டையை அழுக்காகாம விளையாடு!'

'சரிம்மா' என்று ஓடினான் அவன். ரம்யா, ரமேஷ், கீதா மூவரும் விழா அரங்கத்தை அடைந்தார்கள். ஒரு நல்ல நாற்காலியாகப் பார்த்து அமர்ந்தார்கள்.

கண்ணனும் அவனுடைய நண்பர்களும் சிறிது நேரம் சறுக்குமரத்தில் விளையாடினார்கள். அதன்பிறகு, கண்ணாமூச்சி விளையாடத் தொடங்கினார்கள்.

முதலில், ஒரு நோஞ்சான் சிறுவன் கண்ணைப் பொத்திக்கொண்டு எண்ண ஆரம்பித்தான், '1, 2, 3, 4...'

'எங்கே ஒளிந்துகொள்வது?' என்று யோசித்தான் கண்ணன். வாசல் கேட் அருகே இருந்த ஒரு மரம் அவனுடைய கண்ணில் பட்டது. அதை நோக்கி ஓடினான்.

சரியாக அவன் அந்த மரத்தை நெருங்கும்போது, ஒரு முதியவர் உள்ளே வந்தார். சுற்றிலும் பார்த்துவிட்டு அவனை அழைத்தார், 'தம்பி...'

‘என்ன சார்?’ கண்ணன் எங்கேயாவது ஒளிந்துகொள்ளும் பரபரப்பில் இருந்தான். எப்போது அந்தப் பையன் நூறு எண்ணிவிடுவானோ என்று அவனுக்குப் பதற்றம்.

‘இந்த ஆண்டு விழா எங்கே நடக்குது தம்பி?’ என்று கேட்டார் அவர்.

சற்றுத் தொலைவிலிருந்த பள்ளிக் கட்டடத்தை நோக்கிக் கை காட்டினான் கண்ணன். ‘இந்த வழியாப் போய் இடப்பக்கம் திரும்புங்க, அங்கேதான் ஆண்டு விழா நடக்குது. வாசல்லயே பெரிய அலங்காரமெல்லாம் கட்டியிருப்பாங்க’ என்று சொல்லிவிட்டு, சட்டென்று அந்த மரத்தின் பின்னே ஒளிந்துகொண்டான்.

அவனுடைய அவசரத்தைப் புரிந்துகொண்ட பெரியவர் மெல்லச் சிரித்தார். நடக்க ஆரம்பித்தார்.

சிறிது நேரத்தில், ஆண்டு விழா தொடங்கிவிட்டது. கண்ணனும் மற்ற பையன்களும் விளையாட்டை நிறுத்திவிட்டு அரங்கினுள் வந்து அமர்ந்தார்கள்.

‘நல்லா விளையாடினியா?’ என்று சிரிப்போடு கேட்ட ரமேஷுக்குப் பெரிதாகத் தலையசைத்துவிட்டு மேடையைப் பார்த்தான் கண்ணன். அவனுக்குத் திகைப்பு.

காரணம், அவனிடம் வழி கேட்ட பெரியவர் அங்கே மேடையில் அமர்ந்திருந்தார். யார் இவர்? எதற்காக இவரை மேடைக்கு அழைத்திருக்கிறார்கள்? அப்பாவிடம் விசாரித்தான்.

‘அவர்தான் புலவர் நாகராஜன்’ என்றார் ரமேஷ். அவன் பதில் சொல்வதற்குள், ‘ஷ்! விழா ஆரம்பிச்சுடுச்சு! உங்க தலைமை ஆசிரியர் பேசறதைக் கேளு!’

சில நிமிடங்களில், புலவர் நாகராஜன் பேச அழைக்கப்பட்டார். புன்னகையோடு மாணவர்களுக்குக் காலை வணக்கம் சொல்லிவிட்டுப் பேச ஆரம்பித்தார்.

அடுத்த அரை மணி நேரம் எப்படிச் சென்றதோ, மாணவர்கள் யாருக்கும் தெரியவில்லை. அத்தனை அருமையாகப் பேசினார் அவர். பிரமாதமான கதைகள், நகைச்சுவைத் துணுக்குகள், பயனுள்ள விவரங்கள்... எல்லாம் மாணவர்களுக்குத் தெளிவாகப் புரியும்படி அருமையாக விளக்கினார். பலத்த கரகோஷத்துடன் அமர்ந்தார்.

'எப்படி இருந்தது பேச்சு?' பெருமிதத்துடன் கேட்டார் ரமேஷ்.

'பிரமாதம்ப்பா!' கண்ணனின் முகத்தில் இன்னும் ஆச்சர்யம் விலகவில்லை. 'இனிமே இவர் டிவில பேசும்போது எனக்கும் சொல்லுங்க!'

'கண்டிப்பா!'

விழா நிறைவடைந்து எல்லாரும் வீடு திரும்பியபோது, நடந்ததை ரமேஷிடம் சொன்னான் கண்ணன். 'அவர் தனியா நடந்து வந்தார்ப்பா, ஒரு கார், பைக்கூட இல்லை!'

'அதுல என்னடா தப்பு? நடக்கறதுக்குதானே கால் இருக்கு?'

'இருந்தாலும், அவ்ளோ பெரிய பேச்சாளர், இப்படியா ஏழையா இருப்பார்?'

'அவரா ஏழை?' என்று சிரித்தார் ரமேஷ். 'அறிவில்லாதவங்கதான் ஏழை, மத்த எல்லாருமே பணக்காரங்கதான், இதை வள்ளுவரே சொல்லியிருக்கார்! புல்லறிவாண்மைங்கற அதிகாரத்துல வர்ற குறள் இது:

> **அறிவு இன்மை இன்மையுள் இன்மை, பிறிது இன்மை**
> **இன்மையா வையாது உலகு.**

அதாவது, ஒருத்தர்கிட்ட பணம், நகை, கார், பைக், வீடுன்னு எது இல்லாட்டியும் பரவாயில்லை, அவங்களை இந்த உலகம் ஏழைங்கன்னு சொல்லாது. ஆனா, அறிவு இல்லைன்னா, அதுதான் எல்லாத்தையும்விடப் பெரிய வறுமை!'

16. நட்புக்கு உரிமை உண்டு!

'இன்னிக்கு சாயந்தரம் சுற்றுலாக் கண்காட்சிக்குப் போகலாம்!'

ரமேஷ் இப்படிச் சொன்னதும், பிள்ளைகள் மகிழ்ச்சியுடன் குதித்தார்கள். பின்னே? ஒரு வாரமாகத் தேர்வுகளுக்காக மும்முரமாகப் படித்துக்கொண்டிருந்ததால், ஒரு சினிமா கிடையாது, டிவி கிடையாது, வேறு பொழுதுபோக்கும் கிடையாது. ஆகவே, இப்போது கண்காட்சி என்றவுடன் ஆனந்தம்!

அதற்கு ஏற்றாற்போல், அன்று பள்ளியும் சீக்கிரம் நிறைவடைந்து விட்டது. வீட்டுக்கு வந்து முகம் கழுவி நல்ல உடைகளை அணிந்து காத்திருந்தார்கள். சிறிது நேரத்தில் ரமேஷ் வந்தார். அவரும் விரைவாகத் தயாராகிக் காபி குடித்துக்கொண்டிருந்த நேரம், யாரோ வாசல் கதவைத் தட்டுகிற சப்தம் கேட்டது.

'யாரது?'

'நான்தான், நடேசன்!'

'போச்சுடா' என்றான் கண்ணன். நடேசன் மாமா ரமேஷின் நெருங்கிய நண்பர். நல்ல மனிதர்தான். ஆனால் பேச ஆரம்பித்துவிட்டால், மணிக்கணக்கில் விடமாட்டார்.

இப்போது, கிளம்புகிற நேரத்தில் அவர் வருகிறார் என்றதும், அவர்களுக்குச் சங்கடமாக இருந்தது. ஆனால் அதற்காக வீட்டுக்கு வந்தவரை எப்படி விரட்டுவது?

கீதா கதவைத் திறந்தார். 'என்னம்மா? எப்படி இருக்கீங்க?' என்று கேட்டுக்கொண்டே உள்ளே நுழைந்தார் நடேசன். தன் கையில் இருந்த பழப்பையை கீதாவிடம் தந்தார். சோஃபாவில் உட்கார்ந்தார். 'என்ன பசங்களா, நல்லாப் படிக்கறீங்களா?'

அவர்கள் ஏமாற்றத்தை மறைத்துக்கொண்டு தலையாட்டிவிட்டுச் சமையலறைக்குள் வந்தார்கள். அங்கே நடேசன் மாமாவுக்குக் காபி போட்டுக்கொண்டிருந்தார் கீதா.

'அம்மா, இன்னிக்கு எக்ஸிபிஷன் உண்டா? இல்லையா?'

'கண்டிப்பா உண்டு' என்று சிரித்தார் கீதா. 'கொஞ்சம் பொறுத்துக்கோ, சீக்கிரம் கிளம்பிடலாம்!'

'ஏற்கெனவே ஆறு மணி ஆயிடுச்சும்மா' என்றான் கண்ணன். 'நாம இப்ப கிளம்பினாதான் சரியா இருக்கும். இந்த மாமா அரட்டையடிச்சப்புறம் நாம கிளம்பி, பஸ் பிடிக்கறதுக்குள்ள எக்ஸிபிஷனை மூடிடுவாங்க!'

'உஷ், பெரியவங்களை அப்படி மரியாதையில்லாம பேசக்கூடாது' என்று அதட்டினார் கீதா. 'நீங்க போய் எதாவது விளையாடுங்க, நான் அப்புறமா வந்து கூப்பிடறேன்!'

அவர் காபித் தம்ளருடன் கூடத்துக்குச் சென்றதும் ரம்யாவைப் பார்த்தான் கண்ணன். 'இவர் எப்போ கிளம்புவார்?'

'குறைஞ்சது ஒரு மணி நேரமாவது பேசிட்டுதான் கிளம்புவார்!'

'நாங்க எக்ஸிபிஷன் போகணும்ன்னு அப்பா அவர்கிட்ட சொல்லக்கூடாதா?'

'சொல்லமாட்டார்!'

'ஏன்? அப்பாவுக்கு நம்மை எக்ஸிபிஷன் கூட்டிக்கிட்டுப் போகணும்ன்னு ஆசையே இல்லையா?'

அதைக் கேட்டுக்கொண்டே உள்ளே வந்த கீதா அவன் தலையைக் கலைத்துவிட்டு, 'இப்படியெல்லாம் பேசக்கூடாதுன்னு சொன்னேன்ல?' என்றார்.

கண்ணன் அப்பாவையும் நடேசன் மாமாவையும் பார்த்தான். அவர்கள் வேகமாக எதையோ பேசிக்கொண்டிருந்தார்கள்.

ரமேஷின் ஆர்வத்தைப் பார்க்கும்போது, அவருக்குக் கண்காட்சி ஞாபகமே இல்லைபோல் தோன்றியது.

சலிப்போடு உள் அறைக்குச் சென்றான் கண்ணன். பின்னாலேயே ரம்யாவும் வந்தாள். ஏதோ ஒரு விளையாட்டுப் பொம்மையை எடுத்துக் கையில் வைத்துக்கொண்டு அமர்ந்தாள்.

ரமேஷ் பொதுவாக இதுபோல் பேச்சு மாறுகிறவர் இல்லை. இன்று மாலை வெளியே செல்லலாம் என்று சொன்னால் கண்டிப்பாக வெளியே அழைத்துச் செல்வார். ஆனால் இன்றைக்கு, நடேசன் மாமாவைச் சீக்கிரம் பேசி அனுப்பாமல் அவர் தொடர்ந்து பேசிக்கொண்டிருப்பது கண்ணனுக்கு எரிச்சலாக இருந்தது.

சில நிமிடங்களில் கீதா உள்ளே வந்தார். கதவைச் சாத்திவிட்டுக் கண்ணன் அருகே அமர்ந்தார். 'என்னடா? ஏன் மூஞ்சை இப்படித் தூக்கி வெச்சுக்கிட்டிருக்கே?'

'ஒண்ணுமில்லைம்மா!' என்றான் கண்ணன். சில விநாடிகளுக்குப் பிறகு, 'அம்மா, நடேசன் மாமாவை நான் தப்பாச் சொல்லலை. ஆனா, அவர் இப்படித் திடீர்ன்னு வந்தா அதுக்காக நாம திட்டத்தை மாத்தணுமா? அவர்கிட்ட நாங்க வெளியே புறப்பட்டுக்கிட்டிருக்கோம்ன்னு சொன்னா என்ன? அப்பாவுக்கு அவரோட பேசணும்ன்னா அவரும் நம்மகூட வரட்டுமே? அங்கே அவங்க பாட்டுக்குப் பேசட்டும், நாம கண்காட்சியைப் பார்க்கலாம்!' ஆதங்கத்துடன் பேசினான்.

'உண்மைதான் கண்ணா. ஆனா, அப்படிச் சொன்னா அவர் முகத்துல அடிச்சாப்ல ஆகிடுமே!'

'அதுல என்னம்மா தப்பு? அவர் ஏன் சொல்லாம வந்தார்?'

'எல்லா விஷயத்துலயும் இப்படிச் சட்டம் பேசமுடியாது கண்ணா' என்றார் கீதா. 'உங்கப்பா தன்னோட நெருங்கின நண்பர்ங்கற உரிமைல அவர் இப்படி நடந்துக்கறார், எல்லார் வீட்டுக்கும் இதுபோல சொல்லாம போவாரா?'

'அவர் இப்படி உரிமை எடுத்துக்கறதை உங்கப்பா மதிக்கறார். அதனாலதான், தனக்குப் பிடிக்குதோ பிடிக்கலையோ, அவர் உரிமையோட பேச வர்றதைத் தடுக்கறதில்லை!'

'அப்படீன்னா, அப்பாவுக்கு நடேசன் மாமாவைப் பிடிக்காதா?'

'இல்லை கண்ணா. அவர் உரிமை எடுத்துக்கறது தன்மேல வெச்சிருக்கிற நட்பினாலதான்னு அப்பாவுக்குப் புரியுது. அந்த உரிமைல அவர் சில தவறுகள் செஞ்சாலும், அதைக் காட்டிக்காம இருக்கார். அதுதான் நட்புக்கு அழகு!

திருக்குறள்ல பழைமைன்னு ஓர் அதிகாரம் இருக்கு. அதுல திருவள்ளுவர் இதை அழகாச் சொல்றாரு:

விழை தகையான் வேண்டி இருப்பர், கெழுதகையால்
கேளாது நட்டார் செயின்.

நம்மமேல நட்பு வெச்சவங்க, உரிமையாலே நம்மைக் கேட்காம ஒரு விஷயத்தைச் செஞ்சாலும், அது நமக்குப் பிடிச்சதுபோல நினைச்சுகிட்டுச் சம்மதிக்கணும், அதுதான் அந்த உரிமைக்கு நாம தர்ற கௌரவம்!'

அவர் பேசிக்கொண்டிருக்கும்போதே கதவு தட்டப்பட்டது. கீதா கதவைத் திறக்க ரமேஷ் எட்டிப்பார்த்தார். 'கிளம்பலாமா?'

'உங்க நண்பர்?'

'அவருக்கு ஏதோ அவசர வேலையாம். பத்து நிமிஷம்மட்டும் பேசிட்டுப் புறப்பட்டுட்டார்!'

'அச்சச்சோ!' என்றான் கண்ணன்.

'என்னாச்சுடா?'

'பத்து நிமிஷத்துல அவர் பேசி முடிச்சுட்டார்ன்னா இன்னிக்கு மழைதான் வரப்போகுது. அப்புறம் எப்படி நாம கண்காட்சியைப் பார்க்கறது?'

17. அதிகாரமும் அருளும்

‘அம்மா, உனக்குத் தெரியுமா? இன்னும் ஒரு வாரத்துக்கு எங்க வகுப்புக்கு நான்தான் லீடர்’ என்றாள் ரம்யா.

‘அப்படியா? ரொம்ப நல்ல விஷயம்’ என்றார் கீதா. ‘ஆனா, உங்க க்ளாஸ் லீடர் கல்யாணிக்கு என்ன ஆச்சு? ஏன் திடீர்ன்னு உன்னை லீடராக்கிட்டாங்க?’

கல்யாணியும் ரம்யாவும் நல்ல நண்பர்களாக இருந்தவர்கள்தான். ஆனால், கல்யாணி வகுப்புத் தலைவியாகத் தேர்ந்தெடுக்கப்பட்டபிறகு, வேண்டுமென்றே எல்லாரிடமும் கோபப்படுவது, தனக்கு இருக்கும் அதிகாரத்தை வெளிக்காட்டிக்கொள்வது என்று வித்தியாசமாக நடக்கத் தொடங்கினாள். ஆகவே ரம்யா அவளிடம் அதிகம் பேசுவதில்லை. இந்த விஷயமெல்லாம் கீதாவுக்கு ஏற்கெனவே தெரியும்.

அதனால்தான் இப்போது ரம்யா வகுப்புத் தலைவி என்றவுடன் கீதாவுக்குக் குழப்பமாக இருந்தது. ஒருவேளை, கல்யாணி இன்னொரு வகுப்புக்கு மாறிவிட்டாளா? அல்லது வேறு ஏதாவது பிரச்னையா?

‘அதெல்லாம் ஒண்ணுமில்லைம்மா’ என்றாள் ரம்யா. ‘அவ ஒரு வாரம் எங்கேயோ சுற்றுலா போறாளாம். அதனால ஸ்கூலுக்கு லீவ் போட்டிருக்கா. அவளுக்குப் பதிலா என்னைத் தாற்காலிக லீடராத் தேர்ந்தெடுத்திருக்காங்க!’

'ஒரு வாரம் ஸ்கூலுக்கு லீவா? அச்சச்சோ! திரும்பி வந்து எல்லாப் பாடத்தையும் படிக்கறது ரொம்பக் கஷ்டமாச்சே!'

'அவ படிச்சா எனக்கென்ன, படிக்காட்டி எனக்கென்ன' அலட்சியமாகச் சொன்னாள் ரம்யா.

'அப்படியெல்லாம் பேசக்கூடாது ரம்யா!'

'ஆனா, அவ அப்படி நினைக்கலையே, லீடர் ஆனதும் எவ்ளோ திமிராப் பேசினா... அன்னிக்குக்கூட, தெரியாம சங்கீதாவோட பென்சில் என்கிட்ட வந்துடுச்சு. நான் அதை எடுக்கவே இல்லை, ஆனா, நான் எவ்வளவோ சொன்னபோதும் அவ கேட்கலை, நான்தான் பென்சிலைத் திருடிட்டேன்னு மிஸ்கிட்ட சொல்லிக்கொடுத்துட்டா, எனக்கு ஒரே திட்டு!'

'இதெல்லாம் சின்ன விஷயம் ரம்யா. அதுக்காக நட்பை விட்டுக்கொடுக்கக்கூடாது!'

'உனக்குத் தெரியாதும்மா, அந்தக் கல்யாணி ரொம்பத் திமிர் பிடிச்சவ... வேணும்ன்னேதான் இப்படி நடந்துக்கறா!'

'சரி, அதை விடு, நீ இப்போ லீடராகிட்டியே, என்ன செய்யப்போறே?'

'மிஸ் வகுப்புல இல்லாதபோது எல்லாரையும் ஒழுங்காப் பார்த்துக்குவேன், யாராச்சும் சத்தம் போட்டா, தப்பு செஞ்சா கண்டிப்பேன், தினமும் வகுப்புல பொது வேலைகளை யார் யார் செய்யணும்ன்னு சொல்லுவேன், அவங்க அதைச் சரியாச் செய்யறாங்களான்னு கவனிப்பேன்...'

'பிரமாதம்!' என்று தட்டிக்கொடுத்தார் கீதா. 'ரொம்பப் பொறுப்பாப் பேசறே, நல்ல விஷயம்! ஆல் தி பெஸ்ட்!'

மறுநாள் ரம்யா பள்ளியிலிருந்து வரும்போதே வகுப்புத் தலைவிக்கான அடையாள நட்சத்திரத்தைச் சட்டையில் குத்தியிருந்தாள். அதைக் கீதாவுக்குப் பெருமையோடு காண்பித்தாள்.

'வாழ்த்துகள் ரம்யா' என்றார் கீதா. 'தலைவியோட ஸ்கூல்ல இன்னிக்கு என்ன விசேஷம்?'

'அம்மா, அந்தக் கவிதா இருக்காளே, அவளை இன்னிக்கு நல்லாத் திட்டிட்டேன். மிஸ்கிட்டயும் சொல்லிட்டேன்.'

‘ஏன்? என்னாச்சு? கவிதா என்ன தப்பு செஞ்சா?’

‘அவளோட மேஜைக்குக் கீழே ஒரே குப்பை. கேட்டா, நான் போடவே இல்லைன்னு பொய் சொல்றா. அதனாலதான்!’

‘நிஜமாவே கவிதா அந்தக் குப்பையைப் போட்டாளா? உனக்கு நிச்சயமாத் தெரியுமா?’

‘பின்னே? வேற யார் போட்டிருப்பாங்க?’

‘அது வேற கேள்வி, அவதான் அந்தக் குப்பையைப் போட்டான்னு உனக்குத் தெரியுமா?’

‘அவ்ளோ உறுதியாத் தெரியாது!’

‘அப்படீன்னா, கவிதா சொன்னது உண்மையாக்கூட இருக்கலாம்ல? அதைச் சரியா விசாரிக்காம நீ எப்படி அவளுக்குத் தண்டனை கொடுக்கலாம்?’

யோசனையோடு அவள் தலை குனிய, கீதா தொடர்ந்து பேசினார், ‘கல்யாணி செஞ்ச அதே தப்பைதான் நீயும் செஞ்சுகிட்டிருக்கே ரம்யா. அன்னிக்கு நீ பென்சிலைத் திருடலைன்னு சொன்னபோது கல்யாணி நம்பலை, இன்னிக்குக் கவிதா குப்பை போடலைன்னு சொன்னபோது நீ நம்பலை... அது தப்புன்னா, இதுவும் தப்புதானே?’

‘நீ ஏன் இப்படி மாறிட்டே? கல்யாணி உன்கிட்ட சரியா நடந்துக்கலைன்னு நினைச்ச நீ, வகுப்புத் தலைவிங்கற அதிகாரம் வந்ததும் உனக்குக் கீழே இருக்கறவங்ககிட்ட சரியா நடந்துக்கணுமா, இல்லையா?’

‘ஆமாம்மா’ என்றாள் ரம்யா. ‘இப்ப நான் என்ன செய்யறது?’

‘நாளைக்குக் காலையில கவிதாவைப் பார்த்து மன்னிப்பு கேளு, இனிமே இப்படி நடந்துக்கமாட்டேன்னு சொல்லு, மிஸ்கிட்டயும் கவிதாவைப்பத்தி ஏதாவது நல்லவிதமாப் பேசு.

அதுமட்டுமில்லை, இனிமே, வகுப்புத் தலைவியா உன் அதிகாரத்தைப் பயன்படுத்தும்போது, நீ ஒரு சாதாரண மாணவியா, அதாவது கல்யாணிக்குக் கீழே இருந்தபோது, அவ எப்படி நடந்துக்கணும்ன்னு நீ நினைச்சேன்னு யோசிச்சுப் பாரு, அதேமாதிரி நீயும் இப்ப நடந்துக்கோ. அதுதான் உனக்கும் நல்லது, மத்தவங்களும் அதையேதான் விரும்புவாங்க!

திருவள்ளுவர் அருள் உடைமை, அதாவது எல்லார்கிட்டயும் இரக்கத்தோட, அன்போட நடந்துக்கறது எப்படின்னு ஓர் அதிகாரம் எழுதியிருக்கார். அதுல வர்ற ஒரு குறளைச் சொல்றேன், கேளு:

வலியார் முன் தன்னை நினைக்க, தான் தன்னின்
மெலியார் மேல் செல்லும் இடத்து.

இந்த உலகத்துல வலிமையானவங்க, அதிகாரம் உள்ளவங்க தங்களுக்குக் கீழே இருக்கறவங்களைச் சிரமப்படுத்துவாங்க, அவங்களும் அதைப் பல்லைக் கடிச்சுகிட்டுப் பொறுத்துக்குவாங்க, வேற வழி இல்லை!

ஆனா, இன்னிக்கு வலிமை இல்லாம, அதிகாரம் இல்லாம இருக்கறவங்க நாளைக்கு வலிமையா மாறலாம், அவங்களுக்கும் அதிகாரம் வரலாம், அப்போ, அவங்களுக்குக் கீழே இருக்கறவங்களை அவங்க நசுக்கக்கூடாது, வலிமையுள்ளவங்க முன்னாடி நாம எப்படி இருந்தோம்ன்னு யோசிச்சு, தனக்குக் கீழே இருக்கறவங்களைப் புரிஞ்சுக்கணும், அவங்களுக்கு நல்லது செய்யணும்.

ஒரு வாரம் கழிச்சு, கல்யாணி மறுபடியும் பள்ளிக்கூடத்துக்கு வரும்போது, இங்கே இருக்கற பிள்ளைங்க, வாத்தியாருங்க எல்லாரும், அடடா, ரம்யாவே இனிமே இந்த வகுப்புக்குத் தலைவியா இருந்தா நல்லா இருக்குமேன்னு நினைச்சா, அது உனக்குப் பெருமை, ச்சே, இவளும் கல்யாணிமாதிரிதானே நடந்துகிட்டான்னு சொன்னா, அது உனக்குக் கேவலம், அதுக்கப்புறம் கல்யாணியைக் குறை சொல்ற உரிமையும் உனக்கு இல்லை. புரியுதா?'

'புரிஞ்சதும்மா, எப்பவும் நமக்குக் கீழே இருக்கறவங்களைச் சிரமப்படுத்தக்கூடாது. அதானே?'

'அவ்ளோதான்!' என்று அவளைக் கட்டிக்கொண்டார் கீதா. 'சரி, முகம் கழுவிட்டு வந்து பாடத்தைப் படிக்க உட்காரு!'

'அம்மா, எனக்கு ஒரு நியாயம் உனக்கு ஒரு நியாயமா?'

'என்னடி சொல்றே?'

'நீ சின்னப் பொண்ணா இருந்தப்போ உங்கம்மா உன்னை

தினமும் படிக்கச் சொல்லியிருப்பாங்க, அப்போ நீ எவ்ளோ கஷ்டப்பட்டிருப்பே! திருவள்ளுவர் சொன்னமாதிரி இப்போ நீ அதையெல்லாம் நினைச்சுப்பார்த்து, என்னைக் கஷ்டப்படுத்தாம விளையாடவிடணும், அதானே நியாயம்?' என்று குறும்பாகச் சிரித்தாள் ரம்யா.

18. வாத்தியாரும் மன்னர்தான்!

கண்ணன் உர்ரென்று அமர்ந்திருந்தான்.

'என்னாச்சுடா?' என்று விசாரித்தார் ரமேஷ். அவன் பதில் சொல்லவில்லை.

பக்கத்தில் வந்து உட்கார்ந்து மறுபடி கேட்டார், 'என்னாச்சு கண்ணா? ரொம்பக் கோவமா இருக்கே. யாராவது திட்டினாங்களா?'

'ஒண்ணுமில்லை!'

அவன் சொல்லும் வேகத்திலேயே ஏதோ இருக்கிறது என்பது புரிந்தது. அவனாகச் சொல்லட்டும் என்று நினைத்த ரமேஷ் ரொம்ப வற்புறுத்தவில்லை.

அப்போது ரம்யா அங்கே வர அவளிடம் கேட்டார் ரமேஷ், 'என்னாச்சுடீ? இவன் யார்கிட்டயும் பேசாம உட்கார்ந்திருக்கான்?'

'சிவக்குமார் சார் அவனைக் க்ளாஸ்க்கு வெளிய நிக்க வெச்சுட்டார்ப்பா' என்றாள் ரம்யா.

'ஏன்? இவன் என்ன தப்பு செஞ்சான்?'

அவள் பதில் சொல்வதற்குமுன்னால் கண்ணன் முந்திக்கொண்டு, 'நான் ஒண்ணுமே செய்யலை!' என்றான்.

'பொய் சொல்றான்ப்பா' என்றாள் ரம்யா. 'க்ளாஸ் நேரத்துல மரமேறி விளையாடிக்கிட்டிருந்தான். அதான் அவர் பார்த்துட்டு தண்டனை கொடுத்துட்டார்.'

'அப்படியா கண்ணா?'

அவன் மௌனமாகத் தலைகுனிந்து அமர்ந்திருந்தான். அதுவே விஷயத்தைச் சொல்லிவிட்டது.

ரமேஷ் அவன் முகத்தை நிமிர்த்தினார். ‘உனக்கு சிவக்குமார் சாரை ரொம்பப் பிடிக்கும்ல?’

‘ம்ம்ம்.’

‘அப்புறமென்ன அவர்மேல கோவம்?’

அவன் பதில் சொல்லவில்லை. ஆனால் கோபம் இன்னும் முகத்தில் தெரிந்தது. ‘நான் க்ளாஸ் நேரத்துல விளையாடலைப்பா, இன்னிக்குத் தமிழ் வாத்தியார் வரலை. அதனாலதான் நாங்க விளையாடப்போனோம்.’

‘உங்க க்ளாஸ் வாத்தியார்கிட்ட சொல்லிட்டுப் போனீங்களா?’

‘சொன்னோம்ப்பா...’

‘மரத்துல ஏறி விளையாடப்போறோம்ன்னு சொன்னீங்களா?’

‘இ... இல்லை...’

‘அதான் விஷயம்’ என்று சிரித்தார் ரமேஷ், ‘சார் உனக்கு ஏன் தண்டனை கொடுத்தார்ன்னு புரியலையா கண்ணா? மரத்துல ஏறி விளையாடறது ரொம்ப ஆபத்தான விஷயம். எங்கயாவது விழுந்து கை, கால் முறிஞ்சா கஷ்டம்தானே? அப்படி ஆகிடக்கூடாதுன்னு தடுக்கறதுக்காகதான் அவர் உன்னை வகுப்புக்கு வெளியே நிறுத்திவெச்சிருக்கார்!’

‘அப்படி நின்னா கை, கால் முறியாதா?’ வெடுக்கென்று கேட்டான் கண்ணன்.

‘ஆமா, அடுத்தவாட்டி மரம் ஏறுமுன்னே யோசிப்பேதானே? வாத்தியார் கண்ணுல பட்டா வெளிய நிக்கவெச்சுடுவார், கால் வலிக்கும், எல்லாரும் பார்த்துச் சிரிப்பாங்கன்னு தயங்குவேதானே? அதுக்காகதான் இந்தத் தண்டனை.’

கண்ணனுக்கு அவர் சொன்னது பிடிக்கவில்லை. மேலும் விளக்கினார் ரமேஷ்.

‘போனமாசம் ஒரு பாடத்துல நீ ரொம்ப மோசமா மார்க் வாங்கியிருக்கேன்னு கூடுதலா வகுப்பு எடுத்து அவர்தானே உதவி செஞ்சாரு? அதை மறக்கலாமா? அப்புறம் நீ ஓட்டப் பந்தயத்துல தோத்துப்போய் வருத்தத்துல இருந்தபோதுகூட அவர்தானே

உனக்கு நம்பிக்கை சொல்லித் தேத்தினார்ன்னு சொன்னே? அதே அக்கறையிலதான் அவர் இதையும் செஞ்சிருக்கார்.'

'உதவி செய்யறதும் தண்டனை கொடுக்கறதும் ஒண்ணா?'

'ஆமா கண்ணா, ரெண்டும் ஒண்ணுதான்' என்றார் ரமேஷ்.

கண்ணன் அவரை விநோதமாகப் பார்த்தான். சிரிப்போடு விளக்கினார் ரமேஷ்.

'திருக்குறள்ல செங்கோன்மைங்கற அதிகாரம் இருக்கு. செங்கோல்ன்னா, சிறப்பான கோல்ன்னு அர்த்தம், அரசனோட கையில இருக்கிற கோலைக் குறிக்குது அது

உங்க வகுப்புக்கு உங்க வாத்தியார்தானே அரசர்? அவர் கையிலயும் பிரம்பு இருக்கே' என்று சிரித்தார் ரமேஷ், 'அதனால, இந்த அதிகாரத்துல இருக்கிற பல குறள்கள் ஆசிரியருக்கும் ஒத்துவரும். உதாரணமா, நான் இப்ப சொல்லப்போற குறள்:

> **குடி புறம் காத்து ஓம்பி, குற்றம் கடிதல்**
> **வடு அன்று, வேந்தன் தொழில்.**

ஒரு மன்னனோட வேலை என்ன தெரியுமா? தன்னோட குடிமக்களைக் காப்பாத்தறது, அவங்களுக்கு வெளியே இருந்து பிரச்னை வந்தாலும் சரி, உள்ளயே ஏதாவது பிரச்னைகள் இருந்தாலும் சரி, அதைத் தீர்த்துவைக்கறது.

அதுக்கப்புறம், அவங்க ஏதாவது தப்பு செஞ்சாங்கன்னா, அதைப் பார்த்துட்டுச் சும்மா இருந்துடக்கூடாது, சரியான தண்டனை கொடுக்கணும். அது உண்மையில தண்டனை இல்லை, பாடம், அடுத்தவாட்டி இந்தமாதிரி செய்யாதீங்கன்னு சொல்றது.

அப்படித் தண்டனை கொடுக்கறதால தன்னைப்பத்தி மக்கள் ஏதாவது தப்பாப் பேசுவாங்களோன்னு ஒரு மன்னன் நினைக்கவே கூடாது, அது அவனுக்கு அவமானம் இல்லை, அதுதான் அவனோட கடமை!

வாத்தியாரும் அந்தமாதிரிதான். வெளியே இருந்து தன்னோட மாணவர்களுக்கு ஏதாவது பிரச்னை வந்தா, அவர் காப்பாத்துவாரு, அவங்களே சோர்ந்துபோயிருந்தாங்கன்னா பேசிச் சரி செய்வாரு, ஏதாவது தப்பு செஞ்சா, உரிய தண்டனை கொடுப்பாரு, ஆனா இதெல்லாம் அவங்களோட நன்மைக்குதான். புரிஞ்சதா?'

கண்ணன் முகத்தில் புதிய தெளிவு தெரிந்தது!

19. நாணயம்

‘நாலு காந்தி பூங்கா.’

‘இருபது ரூபாய் சில்லறையாக் கொடுங்க சார்’ என்றார் நடத்துநர். ‘எல்லாரும் நூறு ரூபாய் நோட்டை நீட்டினா நான் என்ன செய்யறது?’

ரமேஷ் சிரித்தார், ‘என்கிட்ட சில்லறை இருந்தா கொடுத்திருப்பேனே’ என்றார். ‘பரவாயில்லை, அப்புறமா வாங்கிக்கறேன்.’

நடத்துநர் டிக்கெட்டைக் கிழித்துக் கொடுத்துவிட்டுச் சென்றார். பஸ்ஸில் கூட்டம் நிமிடத்துக்கு நிமிடம் அதிகமாகிக்கொண்டிருந்தது.

சிறிது நேரம் கழித்து, நடத்துநர் அந்தப் பக்கமாக வந்தபோது, ‘சில்லறை’ என்று கேட்டார் ரமேஷ்.

‘இருந்தாத் தரமாட்டேனா?’ என்றார் நடத்துநர். ‘காந்தி பூங்காதானே சொன்னீங்க? அதுக்குள்ள கொடுத்துடறேன்.’

அதன்பிறகு, நடத்துநர் பலமுறை அந்தப் பக்கமாக வந்தார். ஆனால் ரமேஷ் அவரிடம் கேட்கவில்லை. அவராகத் தருவார் என்று காத்திருந்தார்.

காந்தி பூங்கா நெருங்கிவிட்டது. ரமேஷ், கீதா இருவரும் எழுந்து கொண்டார்கள், அவர்களுடைய கையைப் பிடித்துக்கொண்டு கண்ணனும் ரம்யாவும் வண்டியின் வாசலை நோக்கி நடந்தார்கள்.

ரமேஷ் நடத்துநரைத் தேடினார். காணவில்லை. என்ன செய்வது என்று யோசிப்பதற்குள் வண்டி காந்தி பூங்கா முன்னே நின்றது. 'இறங்குங்க சார்' என்று பின்னால் இருந்தவர்கள் தள்ளினார்கள். வேறு வழியில்லாமல் பஸ்ஸிலிருந்து கீழே இறங்கிக்கொண்டார்.

அப்போதும், நடத்துநர் தென்படுகிறாரா என்று ஜன்னல் வழியே பார்த்தார். ம்ஹூம்.

எங்கிருந்தோ விசில் சத்தம் கேட்டது. வண்டி கிளம்பிவிட்டது.

ரமேஷ் அதிர்ந்துபோனார். 'கொடுத்துவிடுகிறேன்' என்று சொன்ன நடத்துநர் காந்தி பூங்கா நெருங்கியதும் வேண்டுமென்றே எங்கேயோ ஒளிந்துகொண்டு ஏமாற்றிவிட்டாரா? அல்லது, நிஜமாகவே மறந்துவிட்டாரா? அவருக்குப் புரியவில்லை.

'அந்தாள் முகத்தைப் பார்த்தாலே தெரியலையாப்பா?' எரிச்சலுடன் சொன்னான் கண்ணன், 'சரியான ஏமாத்துப் பேர்வழி, உங்ககிட்ட 80 ரூபாயைத் திருடிட்டான்.'

'அப்படிச் சொல்லமுடியாது கண்ணா' என்றார் ரமேஷ், 'நம்மமேலயும் தப்பு இருக்கு, கரெக்டா பணம் கொண்டுவந்திருக்கணும், இல்லைன்னா, வற்புறுத்தி அந்தப் பணத்தை வாங்கியிருக்கணும்.'

'இப்ப என்ன செய்யறது?'

'ஒண்ணும் செய்யறதுக்கில்லை' என்றார் ரமேஷ், 'பஸ் நம்பரைக் குறிச்சு வெச்சிருக்கேன், அவங்க அலுவலகத்துல புகார் கொடுத்துப் பணத்தை வாங்க முயற்சி செய்வோம்.'

'இப்படிப் பட்டப்பகல்ல 80 ரூபாயைத் திருடறானே, அவன் நல்லா இருப்பானா?' எரிச்சலுடன் சொன்னார் கீதா.

'அந்தமாதிரி பேசாதே கீதா' என்றார் ரமேஷ், 'அவர் ஏமாத்துப் பேர்வழியான்னு நமக்குத் தெரியாது, ஒருவேளை ஏமாத்தியிருந்தாலும், அதுக்கு நாமளும் ஒரு வாய்ப்புக் கொடுத்திருக்கோம், அதுதான் உண்மை.'

'என்ன உண்மையோ, நம்ம பணம்தானே போச்சு?'

ரமேஷ் சிரித்தார். 'பூங்காவில சந்தோஷமா விளையாடலாம்ன்னு தானே வந்தோம், இப்ப இதைப்பத்தி யோசிச்சு அதை விடணுமா? வாங்க!'

வழியில் கண்ணன் கேட்டான், 'உங்களுக்கு அந்தாள்மேல கோவமே வரலையாப்பா?'

'கோவம் இல்லைடா, பரிதாபம்தான் வருது!'

'ஏம்ப்பா அப்படி?'

'ஒருவேளை அவர் நிஜமாவே ஏமாத்தற ஆளா இருந்தா, இன்னிக்கு நம்மகிட்ட 80 ரூபாய் எடுத்தமாதிரி இன்னும் எத்தனை பேர்கிட்ட எடுத்தாரோ, என்னிக்காவது அவர் மாட்டிக்கிட்டா அவரோட வேலை போயிடும், அவரை நம்பியிருக்கறவங்க கஷ்டப்படுவாங்க, இல்லையா?'

'இதையெல்லாம் அவரே நினைக்கலை, நீங்க ஏன்ப்பா நினைக்கறீங்க?'

ரமேஷ் சிரித்தபடி பூங்காவுக்குள் நுழைந்தார், 'வள்ளுவர் அப்படி நினைக்கச் சொல்றார் கண்ணா!' என்றார்.

'வள்ளுவரா?'

'ஆமா! பொறையுடைமைன்னு ஓர் அதிகாரத்துல வர்ற குறள் இது:

திறன் அல்ல தற்பிறர் செய்யினும் நோ நொந்து
அறன் அல்ல செய்யாமை நன்று

அதாவது, நமக்கு ஒருத்தர் கெட்டது செஞ்சாக்கூட, அவங்களுக்கு எதிரா நியாயமில்லாதமுறையில நாம எதுவும் செய்யக்கூடாது. இந்தக் கெட்டதால அவங்க எப்படிச் சிரமப்படுவாங்களோன்னுதான் நினைக்கணும். அதுதான் நல்லவங்களோட குணம்.'

'அப்படீன்னா அந்தாளுக்கு எதிராப் புகார் தரமாட்டீங்களா?'

'புகார் தருவேன், ஆனா, அவர் திருடிட்டார்ன்னு சொல்ல மாட்டேன், தெரியாம பணம் தர மறந்துட்டார்ன்னு சொல்லுவேன், அப்பதான் நம்ம பணமும் திரும்பக் கிடைக்கும், அவரோட வேலையும் பிழைக்கும்' என்ற ரமேஷ், 'சரி, இதைப்பத்தி இனிமே பேசவேண்டாம், நல்லா விளையாடுங்க!' என்றார்.

அடுத்த ஒரு மணி நேரம் கண்ணனும் ரம்யாவும் பூங்காவில் விளையாட, ரமேஷும் கீதாவும் புல்தரையில் அமர்ந்து பேசிக்கொண்டிருந்தார்கள். கொஞ்சம் இருட்டியதும் வீடு செல்லக் கிளம்பினார்கள். சாலையைக் கடந்து பேருந்து நிறுத்தத்துக்கு வந்தார்கள்.

இரண்டே நிமிடத்தில் பேருந்து வந்துவிட்டது. அதேபோல கூட்டம்தான்.

அவர்கள் ஏறி நின்ற சிறிது நேரத்தில் நடத்துநர் அங்கே வந்தார். இவர்களைப் பார்த்ததும் முகம் மலர்ந்தார்.

முன்பு அவர்கள் வந்த பஸ்ஸில் இருந்த அதே நடத்துநர்தான் அவர். ‘சார், நல்லவேளை உங்களை மறுபடி பார்த்துட்டேன்’ என்று புன்னகை செய்தார். ‘மன்னிக்கணும் சார், சாயந்தரம் நான் பஸ்லேர்ந்து இறங்கி உங்களுக்குப் பணத்தைத் தர்றதுக்குள்ள எவனோ விசில் கொடுத்துட்டான், பஸ் கிளம்பிடுச்சு. அப்புறமா உங்களை எப்படிக் கண்டுபிடிச்சு இந்தப் பணத்தை ஒப்படைக்கறதுன்னு கவலைப்பட்டுக்கிட்டிருந்தேன், இப்ப நீங்களே என் பஸ்ல வந்து ஏறிட்டீங்க’ என்றபடி 4 டிக்கெட்களைக் கிழித்து 60 ரூபாய் மீதிப் பணமும் கொடுத்தார்.

20. நல்ல வழியில் நடக்கணும்!

ரம்யாவின் பள்ளியில் ஆண்டுத் தேர்வு.

மாணவர்கள் எல்லாரும் பரபரப்பாகத் தேர்வுக்குத் தயாராகிக் கொண்டிருந்தார்கள். நுழைவுச் சீட்டு எங்கே, பேனா எங்கே, பென்சில் எங்கே, புத்தகம் எங்கே, கைக்குட்டை எங்கே என்று எங்கு பார்த்தாலும் கூச்சல், குழப்பம்.

மணி ஒலித்ததும், எல்லாரும் தேர்வு அறைக்குள் நுழைந்தார்கள். வினாத்தாள்கள் வழங்கப்பட்டன. மாணவர்கள் தேர்வு எழுதத் தொடங்கினார்கள். அவர்களைக் கண்காணித்தபடி ஆசிரியர்கள் அங்கும் இங்கும் நடந்தார்கள்.

அரை மணி நேரம் கழித்து, நான்கு ஆசிரியர்கள் ரம்யா தேர்வு எழுதிக்கொண்டிருந்த அறைக்குள் நுழைந்தார்கள். நேராக ஒரு மேஜையின்முன்னே சென்று நின்றார்கள், ‘எழுந்திரும்மா’ என்றார்கள்.

அங்கே அமர்ந்திருந்த பெண்ணின் பெயர் விமலா. ஆசிரியர்களைப் பார்த்ததும் திகைத்துப்போய், ‘ஏன் சார்?’ என்றாள்.

‘கொஞ்சம் எங்களோட வா.’

‘பரீட்சை எழுதணுமே!’

‘அஞ்சே நிமிஷம்தான். திரும்பி வந்து எழுதலாம்’ என்று அவர்கள் உறுதியாகச் சொல்லவே கவலையுடன் எழுந்து நின்றாள் விமலா. அவர்கள் பின்னே நடந்தாள்.

அதன்பிறகு, விமலா திரும்பி வரவில்லை. அவள் இல்லாமலே தேர்வு நடந்தது.

ரம்யாவுக்கும் மற்ற மாணவர்களுக்கும் விமலாவுக்கு என்ன ஆனது என்று தெரிந்துகொள்ள ஆவல். ஆனால், தேர்வு அறையில் இருப்பதால் ஒருவரோடு ஒருவர் பேசிக்கொள்ள இயலவில்லை. வெளியே வந்ததும் எல்லாரும் விமலாவைதான் தேடினார்கள்.

விமலா இன்னும் தலைமை ஆசிரியர் அறையில் இருப்பதாகச் சொன்னார்கள். ஆனால், அவள் ஏன் தேர்வு எழுதவில்லை என்று யாருக்கும் தெரியவில்லை.

ரம்யா தன்னுடைய வகுப்பு ஆசிரியரை விசாரித்தாள். அவர் கொஞ்சம் தயங்கி, 'அவ திருட்டுத்தனமா புத்தகத்தை உள்ளே எடுத்துக்கிட்டு வந்து அதைப் பார்த்துப் பரீட்சை எழுதியிருக்கா' என்றார். 'அதைக் கேமெராவிலே பார்த்துக் கண்டுபிடிச்சுட்டாங்க. விசாரிக்கறதுக்காகக் கூட்டிகிட்டுப் போயிருக்காங்க.'

'விமலாவா?' அதிர்ச்சியுடன் கேட்டாள் ரம்யா, 'அவ நல்லாப் படிக்கற பொண்ணாச்சே! இப்படியெல்லாம் செய்யமாட்டாளே மேடம்!'

'எனக்கும் அதே ஆச்சர்யம்தான். ஆனா அவ புத்தகத்தைப் பார்த்து எழுதினது உண்மை. அதை அவளே ஒத்துக்கிட்டா.'

'அவ ஏன் அப்படிச் செய்யணும் மேடம்?'

'ஏதோ வீட்டுல வேலையாம். அதனால பரீட்சைக்கு ஒழுங்காப் படிக்கலையாம். தெரியாம தப்பு செஞ்சுட்டேன், ஒருவாட்டி மன்னிச்சுடுங்கன்னு கெஞ்சறா, என்ன செய்யறது?'

ரம்யா அதே யோசனையோடு வீட்டுக்கு வந்தாள். தன் தாயிடம் நடந்ததைச் சொன்னாள்.

கீதாவுக்கும் அதிர்ச்சிதான். விமலாவை அவளுக்கு நன்றாகத் தெரியும். அவள் இப்படிச் செய்வாள் என்று அவர் சிறிதும் எதிர்பார்க்கவில்லை. 'இப்போ என்ன செய்வாங்களாம்?'

'தெரியலைம்மா, விமலா எந்தப் பரீட்சையும் எழுதமுடியாதுன்னு பேசிக்கறாங்க, முதல்தடவை தப்பு செய்யறதால மன்னிச்சு விட்றுவாங்கன்னும் சிலர் சொல்றாங்க.'

சிறிது நேரம் கழித்து, 'அம்மா, எனக்கு ஒரு சந்தேகம்' என்றாள் ரம்யா.

'என்னது?'

'பரீட்சைக்குச் சரியாப் படிக்காததாலதான் புத்தகத்தைப் பார்த்து எழுதினேன்னு விமலா சொல்றாளே, அது விதிமுறைப்படி தப்புதான். ஆனா, நாலு நாளா சாப்பிடலை, அதனால கடையில ஒரு ரொட்டியைத் திருடினேன்னு சொல்ற ஒருத்தன்மேல நாம கோவப்படுவோமா? போனாப் போகுதுன்னு விட்றுவோம்ல? அந்தமாதிரி ஒருவிதத்துல பார்த்தா அவ செஞ்சது சரியா இருக்குமோ?'

கீதா சிரித்தார். 'உன்னோட சந்தேகம் நியாயமானதுதான். ஆனா, பசிக்காக ரொட்டியைத் திருடற ஒருத்தனைவிட, சாப்பாடு போடுங்க, பதிலுக்கு ஏதாவது வேலை செய்யறேன்னு சொல்றது உசத்தி, இல்லையா? ஒரே விஷயத்தைச் செய்யறதுக்கு நல்ல வழி, கெட்ட வழின்னு ரெண்டுமே இருக்கும், அதுல நல்ல வழியிலதான் நாம நடக்கணும்.'

'அப்போ, பரீட்சைக்குச் சரியாப் படிக்காத விமலா என்ன செஞ்சிருக்கணும்மா?'

'வகுப்பு ஆசிரியரைப் பார்த்து நிலைமையைச் சொல்லி இன்னும் கொஞ்ச நேரம் வேணும்ன்னு கேட்டிருக்கலாம். அது சாத்தியமில்லைன்னா, இயன்றவரைக்கும் படிச்சுப் பரீட்சை எழுதி அதுல வர்ற மதிப்பெண்களை ஏத்துக்கிட்டிருக்கணும், தப்பான வழியில மார்க் வாங்க நினைச்சிருக்கக்கூடாது!

இதைப்பத்தித் திருவள்ளுவர் தீவினை அச்சம்ங்கற அதிகாரத்துல என்ன சொல்றார் தெரியுமா?

இலன் என்று தீயவை செய்யற்க; செய்யின்
இலன் ஆகும் மற்றும் பெயர்த்து.

ஒரு விஷயம் தன்கிட்ட இல்லைன்னு நினைச்சு, அதைப் பெறணும்ன்னு கெட்டதைச் செய்யக்கூடாது. அதாவது, வறுமையைச் சாக்கா வெச்சுக் கெட்ட வழியில நடக்கக்கூடாது, அப்படிச் செஞ்சா, ஏற்கெனவே இருக்கறதும் இல்லாம போயிடும்!

'காசு இல்லாத ஒருத்தன் தனக்கு நிறையக் காசு வரணும்ன்னு நினைச்சுத் திருடினா, அவன்கிட்ட இருக்கற காசும் குறைஞ்சுடும், அவன் எப்பவும் வறுமையிலதான் இருப்பான். பணக்காரனா மாறணும்ன்னா அதுக்கு நல்ல வழிகள் ஏகப்பட்டது இருக்கே, அதை விட்டுட்டுக் கெட்ட வழியைத் தேர்ந்தெடுத்தது அவனோட தப்பு!

அதுபோல, ஒருமுறை சரியாப் படிக்கலைங்கறதுக்காகத் திருட்டுத்தனமா மதிப்பெண் வாங்க நினைச்சா, ஏற்கெனவே உள்ள அறிவும் குறைஞ்சுடும்.

அடுத்தவாட்டி விமலாவைப் பார்க்கும்போது கிண்டலடிக்காதே, ஆறுதல் சொல்லு, தைரியம் சொல்லு, திருட்டுத்தனமா நூறு மதிப்பெண் வாங்கறதைவிட, நியாயமாப் படிச்சு, எழுதி ஐம்பது மதிப்பெண் வாங்கறது நல்லதுன்னு புரிய வை, அதுதான் நல்ல சிநேகிதியோட கடமை!'

21. தலைவரின் கடமை

'கீதா, கீதா...'

சத்தம் கேட்டு உள்ளேயிருந்து வந்தார் கீதா. 'வாங்க வலசம்மா, என்ன விசேஷம்?'

'உங்ககூட கொஞ்சம் பேசணும், வேலையா இருக்கீங்களா?'

'இல்லை, சொல்லுங்க' என்றபடி அவருக்கு நாற்காலியை இழுத்துப் போட்டார் கீதா. 'காஃபி சாப்பிடறீங்களா?'

'அதெல்லாம் வேண்டாம்' என்றார் வலசம்மா. 'ரெண்டே நிமிஷம்தான், நான் கிளம்பறேன்!'

'சரி, சொல்லுங்க!'

அவர் கொஞ்சம் தயங்கினார், 'சொன்னா தப்பா எடுத்துக்கமாட்டீங்களே!'

'நீங்க இப்படிக் கேட்டாதான் தப்பா எடுத்துக்குவேன்' என்று சிரித்தார் கீதா. பின் உள்ளே பார்த்து, 'கண்ணா, ஆன்ட்டிக்குச் சாப்பிட எதாவது கொண்டு வா' என்றார்.

'வேண்டாம்ங்க' என்று வலசம்மா மறுப்பதற்குள் ஒரு தட்டில் பிஸ்கட் வந்தது. 'சாப்பிடுங்க, என்ன விஷயம்ன்னு நிதானமாப் பேசலாம்.'

'நேத்து பேசினோமே, அந்த விஷயம்தான்!' என்றார் வலசம்மா. 'மகளிர் நிதிபத்தி.'

கீதா தலைவராக இயங்கும் மகளிர் அமைப்பு அந்தப் பகுதியில் ஒரு விழா நடத்துவதற்காக நிதி திரட்டியிருந்தது. விழாவைச் சிறப்பாக நடத்தியபிறகும், கொஞ்சம் பணம் மீதமிருந்தது. அதை வைத்து என்ன செய்யலாம் என்று நேற்றைக்குக் கூட்டம் நடத்திப் பேசியிருந்தார்கள்.

'ஆமாங்க வலசம்மா, நாம திரட்டின நிதியில பாக்கி இருக்கிற தொகையை வெச்சு நம்ம பகுதியிலயே ஒரு சின்ன நூலகம் அமைக்கலாம்னு தீர்மானிச்சிருக்கோம். அதுக்கென்ன?'

'நீங்கமட்டும் தீர்மானிச்சாப் போதுமா?' சற்றே கோபமாகக் கேட்டார் வலசம்மா. 'நாம எல்லாரும் சேர்ந்து திரட்டின நிதிதானே அது?'

'ஆமாங்க, நேத்திக்கு நாம எல்லாரும் சேர்ந்துதானே அந்தப் பணத்துல குழந்தைங்க படிக்கறதுக்கு உதவி செய்யறமாதிரி ஒரு சின்ன நூலகம் அமைக்கலாம்னு தீர்மானிச்சோம்?'

'எல்லாரும் சேர்ந்துன்னு சொல்லாதீங்க, நீங்க சொன்னீங்க, எல்லாரும் தலையை ஆட்டினாங்க, எதிர்த்து யாரும் பேசறதுக்கு நீங்க அனுமதிக்கலை.'

'அப்படியெல்லாம் இல்லைங்க வலசம்மா, நீங்க இப்ப இங்கே பேசறதை அங்கே கூட்டத்துல தாராளமாப் பேசியிருக்கலாமே!'

'அது எனக்குச் சரிப்பட்டு வராதுங்க, அதான் உங்ககிட்ட தனியாப் பேச வந்தேன்' என்றார் அவர். பிறகு, கீதாவின் நூலகத் திட்டம் அவசியமில்லாதது என்றார், அதற்கு விதவிதமாக வாதங்களை அடுக்கினார்.

நிறைவாக, 'நூலகத்துக்குப் பதிலா நம் பகுதியில ஒரு நீச்சல் குளம் கட்டலாம்' என்றார் வலசம்மா. 'இப்பல்லாம் பசங்க பள்ளிக்கூடப் புத்தகமே படிக்கறதில்லை, நூலகம்லாம் எதுக்கு? நீச்சல் குளம் கட்டினா எல்லாரும் வந்து சந்தோஷமா விளையாடுவாங்க, வெளி ஆளுங்களுக்குக் கட்டணம் போட்டு வசூல் பண்ணலாம், நமக்குத் தொடர்ந்து வருமானமும் வரும். அதை வெச்சு நீச்சல் குளத்தைப் பராமரிச்சுக்கலாம்.'

அவர் பேசுவதைக் கேட்கக் கேட்க, கண்ணனுக்கே கோபம் வந்தது. இப்படி அடாவடியாக அவர் ஏதேதோ சொல்ல, அதைக் கேட்டுக்கொண்டு தன் தாய் சிரித்துக்கொண்டே பதில் சொல்வதை அவனால் தாங்கிக்கொள்ள இயலவில்லை.

வலசம்மா எவ்வளவு பேசியபோதும், கீதாவின் புன்னகை மாறவில்லை. 'நீங்க சொல்றது சரியா இருக்கலாம்ங்க. அடுத்த கூட்டத்துல இதைப்பத்தி நீங்களே பேசுங்க, எது சரின்னு மத்தவங்க தீர்மானிக்கட்டும்' என்றார். வலசம்மா நன்றி சொல்லிவிட்டுப் புறப்பட்டார்.

அவர் கிளம்பியதும், கண்ணன் தன் தாயிடம் கேட்டான். 'ஏம்மா, அவங்க பேசினதைக் கேட்டு உங்களுக்குக் கோவமே வரலையா?'

'கோவம்தானே? நல்லா வந்தது!'

'ஆனா நீங்க கோவப்படலையே, சிரிச்சுக்கிட்டேதானே இருந்தீங்க?'

'ஏன்னா, அந்த மகளிர் அமைப்புக்கு நான் தலைவர்ன்னு அறிவிச்சிருக்காங்க' என்றார் கீதா. 'அவங்க அந்த அமைப்போட உறுப்பினர், அதனால, அவங்க ஒரு குறை சொன்னாங்கன்னா நான் கோவப்படக்கூடாது, நிதானமாக் கேட்கணும்.'

'அப்படீன்னா, அவங்க சொன்னமாதிரி நீச்சல் குளம் கட்டப்போறீங்களா?'

'இல்லை. அடுத்த கூட்டத்துல அவங்களைப் பேசச் சொல்வேன், நூலகம் வேணுமா, நீச்சல் குளம் வேணுமான்னு மத்த உறுப்பினர்கள் சொல்லட்டும்.'

'ச்சே, சின்னப் பையன் எனக்கே அவங்க பேசறது அபத்தம்ன்னு புரியுது. உங்களுக்குப் புரியலையா?'

'புரியுதுடா, ஆனாலும், தலைவர் பதவிக்குன்னு ஒரு பொறுப்பு இருக்கில்லையா?' என்று சிரித்தார் கீதா. 'எனக்கே இப்படின்னா பெரிய முதலமைச்சர், பிரதமர், ஜனாதிபதிக்கெல்லாம் எப்படி இருக்கும்ன்னு யோசிச்சுப் பாரு!

'அவங்களுக்கு வள்ளுவர் ஒரு முக்கியமான அறிவுரை சொல்லறார். 'இறைமாட்சி'ங்கற அதிகாரத்துல.'

செவி கைப்பச் சொல் பொறுக்கும் பண்பு உடை வேந்தன்
கவிகைக் கீழ்த் தங்கும் உலகு.

அதாவது, தலைவர் பொறுப்புல இருக்கற ஒருத்தர் எதையாவது செய்யறார், அதை ஒருத்தர் கடுமையா விமர்சனம் பண்ணறார். அப்போ, அந்தத் தலைவர் கோபப்படக்கூடாது, அவரோட காது பொறுக்காதபடி இவர் என்ன பேசினாலும், பொறுமையாக் கேட்கணும்.

ஒருவேளை அவர் கோவப்பட்டுட்டா, அடுத்தவாட்டி அவர் தப்பு செஞ்சாலும் யாரும் சொல்லித் திருத்தமாட்டாங்க. அது பெரிய ஆபத்து.

அதனால, யார் என்ன சொன்னாலும், அதைக் கேட்கணும், அதுல நியாயம் இருந்தா அதன்படி நடக்கணும், அதுதான் ஒரு தலைவரோட கடமை. அப்படிப்பட்ட ஓர் அரசரோட ஆட்சியில மக்கள் சந்தோஷமா இருப்பாங்க.'

22. பேச்சு சொல்லும் பண்பு!

*ம*துரை ரயில் நிலையம்.

கண்ணன், ரம்யா இருவரும் ரயிலிலிருந்து கீழே குதித்து இறங்கினார்கள். விடுமுறை தொடங்கிவிட்ட மகிழ்ச்சி அவர்களுக்கு.

உள்ளேயிருந்து ரமேஷ் ஒவ்வொரு பெட்டியாக எடுத்துத் தர, குழந்தைகள் அவற்றை வாங்கிக் கீழே வைத்தார்கள். பிறகு ரமேஷும் கீதாவும் கீழே வந்தார்கள்.

இவர்களைப் பார்த்துக்கொண்டிருந்த ஒருவர் நெருங்கிவந்து, 'கூலி வேணுங்களா?' என்றார்.

'வேண்டாம்ங்க, எல்லாம் சின்னப் பெட்டிதான், நாங்களே எடுத்துக்குவோம்' என்றார் ரமேஷ். ஆளுக்கொரு பெட்டி, பையை எடுத்துக்கொண்டு அவர்கள் நடந்தார்கள்.

வெளியே அவர்களுக்காக வாடகைக் கார் காத்திருந்தது. அதில் ஏறி, முகவரியைச் சொன்னார் ரமேஷ். கார் புறப்பட்டதும், கீதா குழந்தைகளை அழைத்து, 'சொன்னதெல்லாம் ஞாபகம் இருக்கா?' என்றார்.

'அம்மா, ராத்திரி புறப்பட்டதிலேர்ந்து நூறுவாட்டி கேட்டுட்டே' என்றான் கண்ணன். 'நல்லா ஞாபகம் இருக்கு!'

'அதுக்குதான் கேக்கறது' என்று சிரித்தார் கீதா. 'அவங்க வீட்டுக்குள்ளே நுழைஞ்சதும் ஞாபகமா நல்லா இருக்கீங்களான்னு விசாரிக்கணும், பெரியவங்க கால்ல விழுந்து ஆசிர்வாதம் வாங்கணும், துடுக்குத்தனமா பேசக்கூடாது...'

'சரிம்மா' என்றபடி குழந்தைகள் ஜன்னலுக்கு வெளியே வேடிக்கை பார்க்கத் தொடங்கினார்கள்.

சிறிதுநேரத்தில், அவர்களுடைய கார் சித்தி வீட்டின் அருகே நின்றது. பணத்தைக் கொடுத்துவிட்டுக் கீழே இறங்கினார்கள்.

சத்தம் கேட்டுச் சித்தியும் சித்தப்பாவும் விரைந்து வெளியே வந்தார்கள். 'வாங்க, வாங்க' என்று அவர்களை வரவேற்றுக் குழந்தைகளைக் கட்டிக்கொண்டார்கள், 'பயணமெல்லாம் சௌகர்யமா இருந்ததா?'

கீதாவின் பார்வையைப் புரிந்துகொண்ட ரமேஷ் முன்னே சென்று, 'சித்தி, நல்லா இருக்கீங்களா?' என்று கேட்டான்.

'நல்லா இருக்கேன் கண்ணா' என்று அவன் கன்னத்தைச் செல்லமாகத் தட்டினார் சித்தி. 'நீ எப்படி இருக்கே? நல்லாப் படிக்கறியா?' என்றவர் ரம்யா பக்கம் திரும்பி, 'நீ என்னடி பேசவேமாட்டேங்கறே?' என்றார்.

'அதெல்லாம் ஒண்ணுமில்லை சித்தி, நீங்க எப்படி இருக்கீங்க?' என்று புன்னகையோடு கேட்டாள் ரம்யா.

'விசாரிச்சது போதும், உள்ள வாங்க' என்று ஒரு பெட்டியைத் தூக்கிக்கொண்டார் சித்தப்பா. 'சீக்கிரமாப் பல் தேய்ச்சுட்டு வாங்க, காஃபி குடிக்கலாம்!'

அடுத்த அரை மணி நேரத்தில், வீட்டின் முன் அறையில் எல்லாரும் காஃபி, டீ, போர்ன்விட்டா என்று ஆளுக்கொரு கோப்பையுடன் உட்கார்ந்து அரட்டையடித்துக்கொண்டிருந்தார்கள். சித்தியின் குழந்தைகளும் எழுந்துவந்திருக்க, கலகலப்பான சூழ்நிலை.

'சரி, எல்லாரும் குளிச்சுட்டு வாங்க, இன்னிக்கு நிறைய இடம் சுத்திப்பார்க்கவேண்டியிருக்கு!' என்று ரமேஷ் சொன்னதும், குழந்தைகள் ஆளுக்கொரு குளியலறையை நோக்கி ஓடினார்கள். சித்தியும் கீதாவும் சாப்பாட்டைக் கவனிக்கச் சென்றார்கள்.

'உன் குழந்தைங்க ரொம்ப சமர்த்து' என்றார் சித்தி. 'என்ன அழகாப் பேசுதுங்க. எல்லாம் உன் வளர்ப்புதான்.'

'அதெல்லாம் ஒண்ணுமில்லை' என்று பேச்சை மாற்ற முயன்றார் கீதா. 'சாம்பார்த்தூள் எங்கே இருக்கு?'

★★★

அன்று மாலை, எல்லாரும் ஊர் சுற்றிவிட்டு வந்து களைப்பாகப் படுத்திருந்த நேரம். ரம்யா தன் தாயை நெருங்கினாள், 'அம்மா, எனக்கு ஒரு சந்தேகம்' என்றாள்.

'என்ன?'

'நானும் கண்ணனும் உறவுக்காரங்க எல்லார்கிட்டயும் சகஜமாதானே பேசுவோம்? உம்முன்னு உட்கார்ந்திருக்கமாட்டோம், அப்பப்ப விஷமம் செஞ்சாலும், யாரையும் மரியாதைக்குறைவாப் பேசமாட்டோம், அதெல்லாம் உங்களுக்குத் தெரியும்தானே?'

'ஆமா, அதுக்கென்ன?'

'அப்புறம் எதுக்கு நேத்திக்கு ரயில்ல திரும்பத் திரும்ப சித்தியை எப்படி விசாரிக்கணும், யார்கிட்ட எப்படிப் பேசணும்ன்னு சொல்லிக்கிட்டே இருந்தீங்க?' என்றாள் ரம்யா. 'இந்தவாட்டிமட்டுமில்லை, ஒவ்வொருவாட்டி ஊருக்குப்போகும்போதும் நீங்க இப்படிதான் சொல்றீங்க, நான் கவனிச்சிருக்கேன். உங்களுக்கு எங்கமேல நம்பிக்கை இல்லையா?'

'நம்பிக்கை இருக்குடா கண்ணா, ஆனாலும் நான் சொல்லணும். அப்பதான் அது உங்க மனசுல பதியும்' என்று அவளை அருகே உட்காரவைத்தார் கீதா. 'நாம பேசற பேச்சு நல்லவிதமா இருக்கணும், அதை வெச்சுதான் மத்தவங்க நம்மை எடை போடுவாங்க.'

'அப்டீன்னா?'

'இப்போ, ஒருத்தர் கிழிஞ்ச உடையோட இருந்தா, நீ அவரை மதிப்பியா? அவமானப்படுத்துவியா?'

ரம்யா கொஞ்சம் யோசித்துவிட்டு, 'அவர் உண்மையில ரொம்ப நல்லவரா இருக்கலாம், கிழிஞ்ச ட்ரெஸ்ஸை வெச்சு அவரை மதிக்காம இருக்கறது தப்பாச்சே' என்றாள்.

'சரி, அவர் நல்லவரா, கெட்டவரான்னு எப்படித் தெரிஞ்சுக்கறது?'

'பழகிப்பார்த்துதான்!'

'தினமும் பல பேரைப் பார்க்கறோம், எல்லாரோடயும் அப்படிப் பழகறது சாத்தியமா? பார்த்தவுடனே சட்டுன்னு அவங்களைப்பத்தி ஓரளவு துல்லியமாத் தெரிஞ்சுக்கவேணாமா?' என்றார் கீதா. 'அதுக்குதான் அவங்களோட பேச்சைக் கவனிக்கறது. அதுவே அவங்க எப்படிப்பட்டவங்கன்னு சொல்லிடும்.

இப்போ ஒரு செடியையோ மரத்தையோ பார்த்தா, அது எந்த விதையிலேர்ந்து வந்ததுன்னு நாம சட்டுன்னு சொல்லிடறோம், இது மாங்காச் செடி, அது ஆலமரம், இது புங்கைமரம்ன்னு கண்டுபிடிச்சுடறோம். அதுபோல, ஒருத்தர் பேசினாப் போதும், அதை வெச்சு அவங்க எப்படிப்பட்டவங்கன்னு ஓரளவு துல்லியமாக் கண்டுபிடிச்சுடலாம்!

திருவள்ளுவர் குடிமைங்கற அதிகாரத்துல இதைப்பத்திச் சொல்றார்:

நிலத்தில் கிடந்தமை கால்காட்டும்; காட்டும்
குலத்தில் பிறந்தார்வாய்ச் சொல்.

அதாவது, நிலத்துல முளைக்கற ஒரு செடி, அது எதிலேர்ந்து வந்ததுங்கறதைச் சொல்லிடும். அதுபோல, ஒருத்தர் பேசற வார்த்தை, அவர் நல்ல பழக்கவழக்கங்களைக் கொண்டவரா, இல்லையான்னு சொல்லிடும்.

அதனாலதான், பணிவாப் பேசணும், பெரியவங்ககிட்ட மரியாதையா நடந்துக்கணும். அதெல்லாம் உன்னைப்பத்தி ஒரு நல்ல எண்ணத்தை அவங்க மனசுல உருவாக்கும்' என்றார் கீதா, 'இது வேஷம் இல்லை, அப்படி நடந்துக்கறதால, உன் மனசும் மாறும், நிஜமாவே நீ எல்லார்கிட்டயும் நல்லவிதமா நடந்துக்க ஆரம்பிச்சுடுவே, அதுக்காகதான் நீங்க கேலி செஞ்சாலும் பரவாயில்லைன்னு இதைத் திரும்பத் திரும்பச் சொல்றேன், நீங்களும் சமர்த்தா அதன்படி நடந்துக்கறீங்க' என்று அவளைக் கட்டிக்கொண்டார்!

23. பண்போடு வாழ்க!

அன்று கண்ணன் ஒரு பேச்சுப்போட்டியில் கலந்துகொண்டான்.

அந்தப் பேச்சுப்போட்டி நடக்கிற அதே பகுதியில் கீதா ஒரு திருமணத்தில் கலந்துகொள்ளவேண்டியிருந்தது. 'நாம எல்லாரும் ஒண்ணாப் போலாமே!' என்றார் கீதா.

'இல்லைம்மா, நான் கொஞ்சம் படிக்கணும்' என்றான் கண்ணன். 'நீங்களும் ரம்யாவும் கல்யாணத்தைப் பார்த்துட்டுப் போட்டி நடக்கற இடத்துக்கு வந்துடுங்க, நானும் அப்பாவும் அப்புறமாக் கிளம்பி வர்றோம்.'

அதன்படி கீதாவும் ரம்யாவும் பேருந்தில் கிளம்பிச் சென்றார்கள். மதியம் பன்னிரண்டு மணியளவில் கண்ணனும் ரமேஷும் இருசக்கர வாகனத்தில் கிளம்பினார்கள். போட்டி நடைபெறும் பள்ளியை நோக்கி விரைந்து சென்றார்கள்.

அந்தப் பள்ளிக்குச் சற்று முன்பாக ஒரு சிறிய சந்தில் திரும்பும்போது, அங்கே பெரிய கூட்டம் கூடியிருந்தது. காரணம், சாலை நடுவே நிகழ்ந்திருந்த ஒரு விபத்து.

இரு சக்கர வாகனம் ஒன்று சாலையோரமாக இருந்த கடையொன்றை இடித்துக் கீழே விழுந்திருந்தது. அதில் அமர்ந்திருந்தவர்களுக்கு நன்கு அடிபட்டிருந்தது.

ஆகவே, அங்கிருந்தவர்கள் அவர்களை ஓரமாக அமரவைத்து முதலுதவி கொடுத்தார்கள். ஆனாலும் அவர்களுக்கு வலி குறையவில்லை. அவர்களை மருத்துவமனைக்கு அழைத்துச் செல்ல நினைத்தார்கள்.

அப்போது, அந்தப் பக்கமாக ஒரு பெரிய கார் வந்தது. கூட்டத்தைப் பார்த்ததும் பலமாக ஒலி எழுப்பியது. அதன் பின் இருக்கையிலிருந்து ஒரு சிறுவன் எட்டிப்பார்த்தான். அதன் ஓட்டுநர், 'என்னய்யா நடுரோட்ல கும்பல்?' என்றார். 'சீக்கிரம் வழி விடுங்க!'

'ஐயா, ஒரு சின்ன விபத்து' என்று ஒருவர் முன்னே வந்து சொன்னார். 'ரெண்டு பேருக்கு நல்லா அடிபட்டிருக்கு, அவங்களை மருத்துவமனைக்கு அழைச்சுகிட்டுப் போகணும்!'

'சரி, அதுக்கெதுக்குக் கும்பல் சேர்த்துக்கிட்டு ரோட்டை மறைக்கறீங்க?' என்று எரிச்சலுடன் கேட்டார் அவர்.

'இவங்களை மருத்துவமனைக்குக் கூட்டிகிட்டுப் போறதுக்கு உங்க உதவி வேணும்.'

'என்ன உதவி?'

'இந்தப் பக்கம் கார்ல்லாம் அதிகமா வராது, தெய்வமாப் பார்த்து உங்களை அனுப்பிவெச்சிருக்கு' என்றார் ஒருவர், 'தயவுசெஞ்சு உங்க கார்ல இவங்களை அழைச்சுகிட்டுப்போனா, சட்டுன்னு மருத்துவ சிகிச்சை கொடுத்துக் காப்பாத்திடலாம்.'

'அதுக்கெல்லாம் எனக்கு நேரம் இல்லை' என்றார் ஓட்டுநர். 'என் பையன் பேச்சுப்போட்டியில கலந்துக்கப்போறான், இன்னும் பதினஞ்சு நிமிஷத்துல நான் அங்கே இருக்கணும். நீங்க வேற வண்டியைப் பாருங்க' என்று வண்டியைப் பின்னே நகர்த்தி வேறு வழியாகச் சென்றுவிட்டார்.

மக்கள் ஏமாற்றத்துடன் அந்தக் காரையே பார்த்துக்கொண்டிருக்க, ரமேஷ் தன்னுடைய செல்பேசியை எடுத்து அவசர உதவி எண்ணை அழுத்தினார். 'ஹலோ, யார் பேசறது?'

'ஹலோ, என் பேரு ரமேஷ், இங்கே சண்முகநாதன் தெருவுல ஒரு சின்ன விபத்து, ரெண்டு பேருக்கு அடிபட்டிருக்கு!'

'அப்பாடியா? உடனே வர்றோம்' என்றார்கள் அவர்கள். மேலும் சில விவரங்களைக் கேட்டுக்கொண்டு ஃபோனை வைத்தார்கள்.

அடுத்த சில நிமிடங்களுக்குள் அவசர உதவி வாகனம் வந்துவிட்டது. காயம் பட்டவர்களை அதில் ஏற்றி, உடனுக்குடன் மருத்துவ சிகிச்சையும் வழங்கப்பட்டது. 'இனிமே ஆபத்து எதுவும் இல்லை, இவங்களை நாங்க பார்த்துக்கறோம், உங்க எல்லாரோட அக்கறைக்கும் ரொம்ப நன்றி!'

அவசர உதவி வாகனம் கிளம்பியதும், கூட்டம் குறைந்தது. ரமேஷ் மகிழ்ச்சியுடன் வண்டியைக் கிளப்பிப் பள்ளியை நோக்கி விரைந்தார்.

அதற்குள் விழா தொடங்கிவிட்டது. வாசலில் இருந்தவர்கள், 'என்னங்க, சீக்கிரமா வர்றதில்லையா?' என்று கோபித்தார்கள். அவர்களிடம் மன்னிப்பு கேட்டுக்கொண்டு கண்ணனும் ரமேஷும் உள்ளே நுழைந்தார்கள்.

ரம்யா அவர்களுக்காக இடம் பிடித்துவைத்திருந்தாள். 'என்னாச்சு? ஏன் இவ்ளோ நேரம்?' என்றார் கீதா.

'அப்புறமாச் சொல்றேன்' என்றபடி அமர்ந்தார் ரமேஷ். 'நிகழ்ச்சி தொடங்கி ரொம்ப நேரமாச்சா?'

'இப்பதான் ஆரம்பிச்சது, மூணு பேர் பேசியிருக்காங்க' என்றார் கீதா.

மேடையில் ஒரு சிறுவன் பிரமாதமாகப் பேசிக்கொண்டிருந்தான். அவனை எங்கேயோ பார்த்ததுபோலிருந்தது.

'அப்பா, அந்தக் கார்ல வந்த பையன் இவன்தான்' என்றான் கண்ணன்.

'அட, ஆமா! அதுக்குள்ள மறந்துட்டேன்!'

'அருமையாப் பேசறான்ப்பா!'

'உண்மைதான்' என்று புன்னகைத்தார் ரமேஷ். 'அவங்கப்பாமாதிரி இல்லாம, இவனாவது அறிவோட இருக்கட்டும்!'

'ஏன்ப்பா அப்படிச் சொல்றீங்க?'

'விபத்துல ரெண்டு பேர் அடிபட்டுக் கிடக்கும்போது, பேச்சுப்போட்டிதான் முக்கியம்ன்னு ஓடிவந்தாரே, அதை

நினைச்சேன், கோபம் வந்துடுச்சு!' என்றார் ரமேஷ். 'என்னதான் வேலை இருந்தாலும், அதெல்லாம் ஓர் உயிரைவிட முக்கியமா? ஒருத்தருக்கு உதவி செய்யணும்ங்கற மனசு வேணாமா?'

'ஆனா அதுக்காக அவரை அறிவில்லாதவர்ன்னு சொல்லலாமாப்பா?'

'சொன்னது நானில்லை, வள்ளுவர்!'

'என்னது? வள்ளுவரா?'

'ஆமா. பண்புடைமைங்கற அதிகாரத்துல அவர் சொன்ன குறள்தான் இது:

அரம்போலும் கூர்மையரேனும் மரம்போல்வர்
மக்கட்பண்பு இல்லாதவர்.

அதாவது, ஒருத்தருடைய புத்தி ரொம்பக் கூர்மையா, கத்திமாதிரி இருந்தாலும் பரவாயில்லை, அவங்களுக்கு மக்களுக்குரிய நல்ல பண்புகள் இல்லைன்னா, அவங்க வெறும் மரத்துக்குச் சமம்.

மனுஷனுக்கு ஆறு அறிவுன்னு சொல்றோம். ஆனா, பண்பு இல்லாட்டி அதெல்லாம் வீண். சாதாரண மரம்தான் அவங்க!' என்று விளக்கினார் ரமேஷ். 'எந்தச் சந்தர்ப்பத்துலயும் எதுக்காகவும் நம்ம மனிதத்தன்மையை விட்டுக்கொடுத்துடக்கூடாது. சக மனுஷங்களுக்கு உதவறதை நிறுத்திடக்கூடாது. அதுதான் நம்மோட அடையாளம், அதுதான் நம்ம வாழ்க்கைக்கு ஆதாரம்! நம்மை இயக்கற சக்தி!'

24. எதிரியை நண்பனாக்கு!

அன்றைக்கு, ரமேஷ் குடும்பத்தினர் ஓர் இன்பப் பயணம் செல்லத் திட்டமிட்டிருந்தார்கள்.

'அப்பா, நேரமாகிடுச்சுப்பா, சீக்கிரம் கிளம்புங்க!' என்றான் கண்ணன்.

'டேய், இப்பதான் மணி ஆறே கால்' என்று சிரித்தார் ரமேஷ், 'எட்டு மணிக்குதான் நம்ம பேருந்து வரும்.'

'பரவாயில்லைப்பா, இப்பவே கிளம்பினாதான் சரியா இருக்கும்!'

'கொஞ்சம் பொறு, அம்மாவும் ரம்யாவும் வரட்டும், கிளம்பிடலாம்!'

அவர்கள் ஏழு மணியளவில் புறப்பட்டார்கள். ஓர் உள்ளூர்ப் பேருந்தில் ஏறி, அருகிலிருந்த ஒரு மைதானத்தை அடைந்தார்கள் அங்கே ஏற்கனவே சிறு கூட்டம் கூடியிருந்தது. பயணத்துக்கான சொகுசுப் பேருந்து இன்னும் வந்திருக்கவில்லை.

கண்ணன் கடிகாரத்தைப் பார்த்தான், 'ரொம்ப நேரமாயிடுச்சுப்பா' என்றான்.

'இதுமாதிரி விஷயத்துல பொறுமை வேணும்' என்று சிரித்தார் ரமேஷ்.

நேரமாக ஆக, அங்கே கூட்டம் அதிகரித்தது. ஆனால், பேருந்து வருகிற வழியைக் காணோம்.

சரியாக எட்டு மணிக்குப் பேருந்து வந்தது. எல்லாரும் பேருந்தை நோக்கி ஓடினார்கள்.

'கொஞ்சம் பொறுங்க. எல்லாருக்கும் இடமிருக்கு. அவசரப்பட வேண்டாம்' என்றார் பயணத்துக்கு ஏற்பாடு செய்திருந்தவர்.

ஆனால் மக்கள் கேட்கவில்லை. திபுதிபுவென்று பேருந்தை நோக்கி ஓடினார்கள்.

பேருந்தில் நின்றிருந்தவர் 'தயவுசெஞ்சு எல்லாரும் வரிசையில வாங்க' என்றார், 'நான் உங்களுடைய பேரைச் சரிபார்த்தபிறகு நீங்க பேருந்தில ஏறலாம்.'

உடனே, அந்தப் பேருந்து வாசலில் ஒரு வரிசை உண்டானது. அதிலும் நீ முந்தி, நான் முந்தி என்று மக்களிடையே போட்டி.

ரமேஷ் குடும்பமும் அந்த வரிசையில் நின்றுகொண்டது. வரிசை மெதுவாக நகர்ந்தது.

சில நிமிடங்களுக்குப்பிறகு, பின்னாலிருந்து ஒருவர் வேகவேகமாக வந்தார், வரிசையின் முன்னே ஓடினார்.

'ஐயா, நாங்கல்லாம் வரிசையிலதானே நிக்கறோம்?' என்றார் ரமேஷ், 'தயவுசெஞ்சு இங்கே வந்து எங்களுக்குப் பின்னாடி நில்லுங்க.'

அவர் திரும்பி ரமேஷை முறைத்தார், 'நான் யாருன்னு தெரியுமா?' என்றார் கோபமாக.

ரமேஷ் அமைதியுடன் 'ஐயா, நீங்க யாரா இருந்தா என்ன? வரிசையை மதிச்சு அதன்படி வர்றதுதான் எல்லாருக்கும் நல்லது' என்றார்.

அவர் ரமேஷைக் கோபமாகப் பார்த்துவிட்டு வரிசையின் பின்னால் வந்து நின்றுகொண்டார். அவருடைய முகத்தில் கடும்கோபம்.

சில நிமிடங்களுக்குப்பிறகு எல்லாரும் பேருந்தில் ஏறிவிட்டார்கள். ரமேஷ் குடும்பம் அமர்ந்திருந்த இருக்கைக்குப் பக்கத்திலேதான் அவரும் அமர்ந்தார்.

ஆனால் இப்போதும் அவர் கோபமாகவே இருந்தார். ரமேஷ் ஒருமுறை அவரைப் பார்த்துப் புன்னகைக்க முயன்றார். அவர் முகத்தைத் திருப்பிக்கொண்டுவிட்டார்.

8:20க்குப் பேருந்து புறப்பட்டது. எல்லாரும் பயணத்தை ஆவலுடன் எதிர்பார்க்கத் தொடங்கினார்கள்.

ரமேஷ் தனது பையிலிருந்து காலை உணவுப் பொட்டலத்தை எடுத்துப் பிரித்தார். 'சார், நீங்களும் சாப்பிடலாமே' என்று அவரைக் கேட்டார்.

'வேணாம்' அவர் எரிச்சலுடன் சொன்னார்.

கண்ணன் ரமேஷிடம் கிசுகிசுப்பாகக் கேட்டான் 'ஏம்பா, அவர்தான் கோவமா இருக்கார்ன்னு தெரியுதே. அப்பறம் ஏன் அவர்கிட்ட போய் இப்படிக் கேட்கறீங்க? எதிரிகிட்ட வாயைக் கொடுத்தா அவமானம்தான், தேவையா?'

ரமேஷ் சிரித்தார், 'இந்தமாதிரி கோபத்தையெல்லாம் பொருட் படுத்தக்கூடாது, இதெல்லாம் தற்காலிகம்தாம்ப்பா, சீக்கிரத்துல சரியாப் போயிடும்' என்றார்.

'எனக்கு நம்பிக்கையில்லை' என்றான் கண்ணன்.

'ஆனா, எனக்கு நம்பிக்கை இருக்கு' என்றார் ரமேஷ்.

பேருந்து தொடர்ந்து சென்றது. ஜன்னல்வழியே காற்று மென்மையாக அடிக்க, அவர் கொஞ்சம் புன்னகை செய்தாற்போலிருந்தது.

அந்த நேரம் பார்த்து ரமேஷ் அவரிடம் ஒரு புத்தகத்தை நீட்ட, அவர் மறுக்காமல் வாங்கிக்கொண்டார், 'நன்றி' என்றார். 'நீங்க எந்த ஊரு?' என்று விசாரிக்கத் தொடங்கினார்.

சிறிதுநேரத்தில் அவர்களுடைய பேருந்து ஒரு மீன் பண்ணையில் நின்றது. எல்லாரும் பேருந்தை விட்டு இறங்கினார்கள்.

அப்போது அவர் ரமேஷிடம் கைகுலுக்கித் தன்னை அறிமுகப்படுத்திக்கொண்டார், 'மன்னிக்கணும், காலையில ஏதோ கோவத்துல உங்ககிட்ட அப்படிப் பேசிட்டேன்' என்றார்.

'பரவாயில்லைங்க' என்றார் ரமேஷ், 'ஒரு குழுவா வரும்போது இதுமாதிரி சின்னச் சின்னப் பிரச்னைகள் வர்றது சகஜம்தான். நாம அதைப் பொருட்படுத்தாம மறந்துடணும்.'

அதன்பிறகு, அந்தப் பயணம் முழுக்க அவர் அவர்களுடன் சகஜமாகப் பேசியபடியே வந்தார். இவர்தானா காலையில் அப்படிக் கோபப்பட்டுச் சண்டை போட்டவர் என்று கண்ணனுக்கு வியப்பாகவே இருந்தது.

மாலை பயணம் நிறைவடைந்து வீடு திரும்பும் வழியில் அவன் ரமேஷிடம் கேட்டான், 'அப்பா, அவர் மனசு மாறும்ன்னு உங்களுக்கு எப்படி நிச்சயமாத் தெரியும்?'

ரமேஷ் சிரித்தார், 'கண்ணா, இங்கே எதிரின்னு யாருமே கிடையாது. அப்பப்ப நடக்கிற விஷயங்களை வெச்சு சிலரை நாம எதிரிகள்ன்னு நினைச்சுக்கறோம். அதனால, அவங்கமேல கோபப்படுறோம். ஆனா, கொஞ்சம் முயற்சி செஞ்சா எந்த எதிரியையும் நண்பனாக்கிடலாம். இப்போ பாரு, அவரோட கோவத்தைத் தீர்த்தது என்னோட சிரிப்பும் நட்பும்தான், பெரிய ஆயுதமெல்லாம் தேவையில்லை, இந்தச் சின்ன விஷயமே அவரை என் நண்பனாக்கிடுச்சு.'

'ஆமாம்ப்பா, பெரிய அதிசயம்தான் இது' என்றான் கண்ணன்.

'அதிசயமெல்லாம் இல்லை, கொஞ்சம் முயற்சி செஞ்சா யார் வேணும்னாலும் இதைச் சாதிக்கலாம்' என்றார் ரமேஷ். 'திருக்குறள்ல பகைத்திறம் தெரிதல்ன்னு ஓர் அதிகாரமே இருக்கு. அதுல, திருவள்ளுவர் என்ன சொல்றார் தெரியுமா?

பகைநட்பாக் கொண்டு ஒழுகும் பண்புடையாளன்
தகைமைக்கண் தங்கிற்று உலகு

அதாவது, பகைன்னு ஒருத்தன் வந்தான்னா அவனையும் நண்பனா மாத்திடறதுதான் நல்ல பண்பு. அதைச் செய்றவனை உலகமே பாராட்டும், அந்தப் பகைவனும் சேர்த்துப் பாராட்டுவான்.'

25. கண்ணைக் கவனி!

ஞாயிற்றுக்கிழமை காலை நேரத்தில் அவர் வந்தார்.

பார்ப்பதற்கு மிகவும் ஏழைபோல் தெரிந்தார். கிழிந்த ஆடைகள். முகத்தில் பரிதாபம் தரும் ஏக்கம். 'ஐயா, எனக்கு நீங்கதான் உதவி பண்ணணும்' என்றார்.

ரமேஷ் அவரைப் பரிவோடு பார்த்து, 'என்ன உதவி வேணும் உங்களுக்கு?' என்றார்.

'நான் சாப்பிட்டு நாலு நாள் ஆச்சுங்க' என்றார் அவர், 'தயவுசெஞ்சு எனக்கு ஏதாவது வேலை கொடுங்க. நான் வீட்டுவேலையெல்லாம் ரொம்பச் சுத்தமா, நல்லா செய்வேன். அதுக்கப்புறம் நீங்களாப் பார்த்து ஏதாவது பணம் கொடுத்தாப் போதும்.'

ரமேஷ் அவரையே கூர்ந்து கவனித்துக்கொண்டிருந்தார். பதில் எதுவும் சொல்லவில்லை.

அப்போது உள்ளேயிருந்து ரம்யா அங்கே வந்தாள். அவரிடம் காஃபியைக் கொடுத்துவிட்டு, 'யாருப்பா இவரு?' என்றாள்.

'இவருக்கு ஏதாவது வேலை வேணுமாம்' என்றார் ரமேஷ். பிறகு அவரிடம், 'இப்போ உங்களுக்குச் சாப்பாடு கொடுக்கச் சொல்றேன். நல்லாச் சாப்பிடுங்க. வேலை விஷயமெல்லாம் முக்கால் மணி நேரம் கழிச்சுப் பேசுவோம், இப்ப நாங்க வெளிய கிளம்பணும்'

என்றார். 'ரம்யா, உள்ளே போய் இவருக்கு ஏதாவது சாப்பிடக் கொண்டு வா.'

சிறிது நேரத்தில் கீதா தட்டில் சில இட்லிகளுடன் வந்தார். தொட்டுக்கொள்ள மிளகாய்ப்பொடி, சாம்பார்.

அவர் நன்றாகச் சாப்பிட்டார். பிறகு, 'நான் ஒன்பதரை மணிக்கு வர்றேங்க' என்று சொல்லிவிட்டுக் கிளம்பினார்.

ரம்யா கேட்டாள், 'அப்பா, இப்போ நாம வெளிய போறோமா?'

'இல்லையே' என்றார் ரமேஷ்.

'அப்புறம் ஏம்பா அவர்கிட்ட அப்படிச் சொன்னீங்க?'

'கொஞ்சநேரம் பொறு, சொல்றேன்' என்றார் ரமேஷ். பின்னர், சட்டையைப் போட்டுக்கொண்டு பக்கத்து வீட்டுக்குச் சென்றார்.

அவர்களுடைய பக்கத்து வீட்டுக்காரர் பெயர் கந்தசாமி. காவல்துறை அதிகாரி. பார்ப்பதற்குப் பயமுறுத்தும் உருவம். ஆனால் நன்கு கருணையாகப் பழகக்கூடியவர். தவறு செய்தால்மட்டும் விடமாட்டார்!

ரமேஷ் அவரிடம் சிறிதுநேரம் ஏதோ பேசிவிட்டு வீடு திரும்பினார். ரம்யா வாசலிலேயே காத்திருந்தாள். 'அப்பா, நீங்க ஏன் அவரைப் போய்ட்டு அப்புறமா வரச்சொன்னீங்க?' என்றாள்.

'சொல்றேம்மா. கொஞ்ச நேரம் கழிச்சு அவர் மறுபடியும் வருவார். அப்போ கந்தசாமி மாமாவையும் வரச்சொல்லிருக்கேன். அவங்க ரெண்டு பேரும் கொஞ்சநேரம் பேசட்டும். அதுக்கப்புறம் நாம அவருக்கு வேலை கொடுக்கறதா வேணாமான்னு தீர்மானிக்கலாம்.'

'ஏம்ப்பா அப்படி?'

'அவரைப்பத்தி எனக்குக் கொஞ்சம் சந்தேகம் இருக்கு. அது சரியான சந்தேகமா இல்லையான்னு கந்தசாமி மாமா விசாரிச்சுச் சொல்லட்டும். இப்பவே அவசரப்பட்டு எதையும் செய்யக்கூடாது.'

'ஆனா, அவரைப் பார்த்தா ரொம்ப நல்லவர்மாதிரி தெரிஞ்சார்ப்பா' என்றாள் ரம்யா. 'நீங்க அவருக்கு ஏதாவது உதவி செஞ்சிருக்கலாம்.'

'ஆமா ரம்யா. எனக்கும் அவரைப் பார்க்கப் பரிதாபமாதான் இருந்தது. ஆனா சரியா விசாரிக்காம ஒரு தீர்மானத்துக்கு

வரக்கூடாது. நாம செய்யப்போற உதவிக்கு அவர் தகுதியானவரா இல்லையான்னு பார்க்கணும்.'

அவர் சொல்லிக்கொண்டிருக்கும்போதே கந்தசாமி அங்கே வந்துவிட்டார். அவர் முழுச் சீருடையில் இருந்தார்.

'மாமா, அதுக்குள்ள வேலைக்குக் கிளம்பிட்டீங்களா?' என்றாள் ரம்யா.

'இல்லையே!'

'அப்புறம் ஏன் சீருடையில இருக்கீங்க?'

'காரணம் இருக்கும்மா' என்றபடி கந்தசாமி மாமா அமர்ந்தார். அவருக்குக் காஃபி வந்தது. அவரும் ரமேஷும் மகிழ்ச்சியாக அரட்டை அடிக்க ஆரம்பித்தார்கள்.

சிறிது நேரம் கழித்து, முன்பு உதவி கேட்டு வந்தவர் மீண்டும் அங்கே வந்தார். காவல்துறைச் சீருடையில் அமர்ந்திருந்த கந்தசாமியைப் பார்த்தவுடன் அவருடைய கண்களில் அதிர்ச்சி. உடம்பெல்லாம் நடுங்க ஆரம்பித்தது.

அதைப் பார்த்தவுடன் கந்தசாமிக்கு விஷயம் புரிந்துவிட்டது. 'கொஞ்சம் என்கூட வாய்யா' என்று அவரை அழைத்துக்கொண்டு வெளியே சென்றார்.

கால்மணி நேரம் கழித்து, கந்தசாமி திரும்பி வந்தார். 'ரொம்ப நன்றிங்க ரமேஷ்' என்றார், 'நீங்க சந்தேகப்பட்டமாதிரியே அவன் பெரிய திருடன்தான். எதையாவது சுருட்டலாம்ன்னுதான் இங்கே வந்திருக்கான். கொஞ்சம் அதட்டினதும் உண்மையைச் சொல்லிக் கால்ல விழுந்துட்டான்.'

இதைப் பார்த்துக்கொண்டிருந்த ரம்யாவுக்கு வியப்பு. ரமேஷிடம் வந்து, 'அவர் முகத்தைப் பார்த்தா திருடன்மாதிரியே தெரியலையே. அப்புறம் எப்படிக் கண்டுபிடிச்சீங்க?' என்றாள்.

'முகத்தைமட்டும் பார்த்தாப் போதாது. அவருடைய கண்ணையும் கவனிக்கணும்' என்றார் ரமேஷ்.

'கண்ணு முகத்திலதானேப்பா இருக்கு?'

'ஆமாம், ஆனா கண்ணுக்கு ஒரு விசேஷ குணம் உண்டு. ஒருத்தர்

நல்லவரா கெட்டவரா அப்படிங்கறதை அவரோட கண்ணே காட்டிக்கொடுத்திடும். பொய் சொல்லமுடியாது.

திருவள்ளுவர் திருக்குறள்ல குறிப்பறிதல்ங்கற அதிகாரத்துல இப்படிச் சொல்றார்:

பகைமையும் கேண்மையும் கண் உரைக்கும், கண்ணின்
வகைமை உணர்வார்ப் பெறின்.

அதாவது, ஒருத்தரோட பார்வையில இருக்கற மாற்றங்களைக் கவனிச்சாலே அவங்க நமக்கு நல்லது செய்யப்போறவங்களா அல்லது எதிரிங்களான்னு கண்டுபிடிச்சுடலாம். அதனால, யாரோட பழகினாலும் அவங்க கண்ணைக் கவனிக்கணும்.

ஆனா அதுக்காக, அவசரப்பட்டு அவங்க கெட்டவங்கன்னு தீர்மானிச்சுடக்கூடாது. நான் செஞ்சமாதிரி முறைப்படி விசாரிக்கணும். உண்மையிலயே அவங்க கெட்டவங்களா இருந்தா விலகி வந்துடணும். நல்லவங்களா இருந்தா தாராளமாப் பழகலாம்.'

26. யாரைப் பார்க்கணும்?

காலையிலிருந்தே கண்ணனும் ரம்யாவும் மிகப் பரபரப்பாக இருந்தார்கள். காரணம், இன்று அவர்களுடைய தேர்வு மதிப்பெண்கள் அறிவிக்கப்படவுள்ளன.

அவர்கள் இருவரும் மிகவும் கஷ்டப்பட்டுத் தேர்வுகளுக்குப் படித்திருந்தார்கள். ஆகவே, மதிப்பெண்களை அறிய அத்துணை ஆர்வம்!

அதோடு, அவரவர் வகுப்பில் முதல் மதிப்பெண் எடுக்கவேண்டும் என்கிற ஓர் ஆரோக்கியமான போட்டியும் அவர்களிடையே இருந்தது. ஆகவே, மதிப்பெண்களை அறியும் ஆவல் இன்னும் அதிமாகிவிட்டது.

பள்ளி செல்லும்வரை இருவரும் விதவிதமாகப் பேசிக்கொண்டே இருந்தார்கள். 'நான் கணக்குல இவ்வளவு மதிப்பெண் வாங்குவேன்', 'நான் அறிவியல்ல அவ்வளவு மதிப்பெண் வாங்குவேன்', 'வரலாறுல நான்தான் வகுப்பில முதலிடம் பிடிப்பேன்' என்று ஒரே சண்டை.

கீதா அவர்களுடைய ஆர்வத்தை ரசித்தார். அதேசமயம், 'மதிப்பெண்கள் முக்கியம்தான், ஆனா அதுவே எல்லாம்ன்னு நினைச்சிடக்கூடாது, ஒரு பாடத்தை எந்த அளவுக்கு நல்லாத் தெரிஞ்சுக்குறோம்ங்கறதுதான் ரொம்ப முக்கியம்' என்றும் புரியவைத்தார்.

ஆனால், அதெல்லாம் அவர்களுக்குப் புரிந்ததாகத் தெரியவில்லை. பழையபடி சண்டை போட்டபடிதான் பள்ளிக்குச் சென்றார்கள்.

மாலை 4.30க்குப் பள்ளி வாகனம் வந்தது. அதிலிருந்து இறங்கும்போதே இருவரும் மகிழ்ச்சியோடு கீதாவை நோக்கி ஓடிவந்தார்கள், தங்களுடைய மதிப்பெண்களை ஒப்பிக்கத் தொடங்கினார்கள்.

அவர்கள் சொன்னவற்றைக் கவனமாகக் கேட்டுக்கொண்டார் கீதா. இருவரையும் பாராட்டினார்.

அப்போது, கண்ணன் முகத்தில் ஏதோ தயக்கம் தெரிவது அவருக்குப் புரிந்தது. 'என்னாச்சுடா?' என்றார்.

'அம்மா, தமிழ்ப் பாடத்துல என்னோட மதிப்பெண்...' என்று இழுத்தவன், சட்டென்று அதை மாற்றி, 'நான் சாந்தியைவிட அதிக மதிப்பெண் வாங்கிருக்கேன்ம்மா' என்றான்.

கீதா தன் கையிலிருந்த புத்தகத்தைக் கீழே வைத்துவிட்டு அவனை அருகே அழைத்தார் 'கண்ணா, நீ சாந்தியைவிட அதிக மதிப்பெண் எடுத்தியா, இல்லையாங்கறதப்பத்தி எனக்குக் கவலை இல்லை. உன்னோட மதிப்பெண் என்ன, நீ எந்த அளவுக்குத் தமிழ்ப் பாடத்தத் தெரிஞ்சிகிட்டிருக்கே அப்படீங்கறதுதான் எனக்கு முக்கியம், உனக்கும் அதுதான் முக்கியமா இருக்கணும்' என்றார்.

'ஆனா, நான் நிஜமாவே சாந்தியைவிட அதிக மதிப்பெண் வாங்கியிருக்கேம்மா' என்றான் கண்ணன்.

'இருக்கலாம் கண்ணா, ஆனா அதை நீ இப்படிச் சொல்லக்கூடாது' என்றார் கீதா. 'நீ இப்படித் தயங்கித் தயங்கிப் பேசறதைப்பார்த்தா, அநேகமா தமிழ்ல நீ வாங்க நினைச்ச மதிப்பெண்ணை வாங்கலைன்னு நினைக்கறேன். சரியா?'

கண்ணன் முகத்தில் ஒருபக்கம் சிரிப்பு, இன்னொருபக்கம் வெட்கம், 'எப்படிம்மா கண்டுபிடிச்சீங்க?' என்றான், 'தமிழ்ல கண்டிப்பா எனக்கு 90 மதிப்பெண் வரும்ன்னு நினைச்சேன். ஆனா 80தான் வந்திருக்கு, வகுப்புல எனக்கு ரெண்டாவது இடம்தான். அதனால, அதை நேரடியாச் சொல்லாம, மூணாவது இடத்தைப் பிடிச்ச சாந்தியைவிட நான் அதிக மதிப்பெண் எடுத்திருக்கறதாச் சொன்னேன்!'

'80 மதிப்பெண்ங்கறது மோசமில்லை. நீ நினைச்சா அடுத்த தேர்வுல இன்னும் சிறப்பாப் படிச்சு 90, அதுக்குமேலகூட

மதிப்பெண் எடுக்கலாம்' என்றார் கீதா, 'ஆனா, இப்போ நீ சாந்தியைவிட அதிக மதிப்பெண்ங்கறதைச் சொல்லி உன்னை நீயே சமாதானப்படுத்திக்கிட்டே பாத்தியா? அது ரொம்பப் பெரிய தப்பு.'

'ஏம்மா அப்படிச் சொல்றீங்க?'

'ஒரு வேலையை நீ அஞ்சு நிமிஷத்துல செய்யறே, இன்னொருத்தர் நாலு நிமிஷத்துல செய்யறார்ன்னா, நீ அவரைப் பார்த்து வேகமா வேலை செய்ய ஆசைப்படணும், அப்போதான் நீ வளருவே, முன்னேறுவே, அதை விட்டுட்டு, எட்டு நிமிஷத்துல அதே வேலையைச் செய்யற ஒருத்தரைப்பார்த்து, அவரைவிட நான் பரவாயில்லைன்னு நினைச்சா, எப்பவும் இப்படியே இருக்கவேண்டியதுதான்!

நீ உனக்குக் கீழே உள்ளவங்களோடு உன்னை ஒப்பிட்டுத் திருப்தியடையக்கூடாது. அப்படிச் செஞ்சா, அவங்களைவிட நாம சிறப்பா இருக்கோம்ங்கற எண்ணம்தான் வரும். முன்னேறமாட்டோம்.

அதுக்குப்பதிலா, உன்னைவிடச் சிறப்பா உள்ளவங்களைப் பார்த்து, அவங்களைமாதிரி நான் எப்படி வர்றதுன்னு யோசிச்சேன்னா, நீ முன்னேறுவே' என்று சொல்லி அவன் கன்னத்தில் முத்தமிட்டார் கீதா, 'இனிமே, உன் வகுப்புல தமிழ்ல யார்முதல் மதிப்பெண்ணோ அவங்களோடதான் உன்னை நீ ஒப்பிட்டுக்கணும், உனக்குக் கீழே உள்ளவங்களோட இல்லை!

திருவள்ளுவர் 'கயமை'ங்கற அதிகாரத்துல இதைப்பத்திப் பேசறார்:

அகப்பட்டி ஆவரை காணின் அவரின்
மிகப்பட்டுச் செம்மாக்கும் கீழ்.

அதாவது, அற்பபுத்திக்காரங்க தங்களைவிடக் கீழே இருக்கறவங்களைப்பார்த்து நாம அவங்களைவிடச் சிறப்பா இருக்கமேன்னுதான் நினைப்பாங்களாம். அதன்மூலமா அவங்க தங்களோட நிலையிலிருந்து எப்பவும் முன்னேறமாட்டாங்கன்னு சொல்றார் வள்ளுவர். இதோட அர்த்தம், நாம முன்னேற விரும்பினா, எப்பவும் நமக்குமேலே இருக்கறவங்களைதான் பார்க்கணும். அந்த அளவுக்கு நாம எப்படி வளர்றதுன்னுதான் யோசிக்கணும்.'

27. விவசாயி!

ரம்யா பள்ளியிலிருந்து வந்தபோது, கூடத்தில் மதியழகன் மாமா அமர்ந்திருந்தார்.

'மாமா, எப்படி இருக்கீங்க?' என்று கேட்டுக்கொண்டே அவரைச் சிரிப்போடு அணுகினாள் ரம்யா. 'உங்களப் பார்த்து ரொம்ப நாளாச்சு மாமா, வீட்டுல அத்தை, குமரன், அமுதா எல்லாம் சௌக்கியமா?'

'எல்லாரும் நல்லா இருக்காங்கம்மா, நீ எப்படி இருக்கே?' என்று கேட்டுக்கொண்டே அவளுக்கு வாங்கிவைத்திருந்த பழங்களைக் கொடுத்தார் மதியழகன்.

'ஏன் மாமா இப்பல்லாம் நம்ம வீட்டுக்கே வர்றதில்லை?'

'நான் இப்ப இந்த ஊர்லயே இல்லம்மா, அதனாலதான் உன்னை அடிக்கடி பார்க்கமுடியறதில்லை.'

'அப்படியா? வேற எந்த ஊர்ல இருக்கீங்க மாமா?'

'பூவலூர்ன்னு ஓர் அழகான கிராமம்' என்றார் மதியழகன். 'இப்பதான் உங்கப்பாகிட்ட சொல்லிக்கிட்டிருந்தேன், அடுத்த தடவ விடுமுறைக்கு நீங்க எல்லாரும் எங்க கிராமத்துக்கு வரணும், வயல், தோப்பெல்லாம் பார்க்கலாம், மாங்கா அடிக்கலாம், ஆத்துல ஜாலியாக் குளிக்கலாம், பறவைங்களோட கீச்கீச் சத்தம் எப்பவும் கேட்டுக்கிட்டே இருக்கும்...'

ரம்யா பள்ளிப் பையை மேஜைமேல் வைத்துவிட்டு 'கண்டிப்பா வர்றோம் மாமா' என்றாள், 'ஆனா, அந்த ஊர்ல உங்க அலுவலகம் இருக்கா?'

மதியழகன் பெரிதாகச் சிரித்தார், 'நான் இப்போ உங்க அப்பாமாதிரி அலுவலகத்துல வேலை செய்யறதில்லம்மா, முழுநேர விவசாயி ஆகிட்டேன்.'

'அட, அப்படியா?' என்றபடி ரம்யா அவர் அருகே அமர, மதியழகன் செல்பேசியை எடுத்து அதிலிருந்த கிராமப் புகைப்படங்களை யெல்லாம் அவளுக்குக் காட்ட ஆரம்பித்தார். 'இதப் பாரு, இதுதான் எங்க வயல், இப்ப அரிசி போட்டிருக்கோம், அதோ அங்கே ஓரமா இருக்கறதெல்லாம் மாமரம்...'

பொறுமையாக எல்லாப் படங்களையும் பார்த்த ரம்யா, 'பிரமாதமா இருக்கு மாமா!' என்றாள். 'உடனே உங்க ஊரைப் பார்க்கணும்ன்னு ஆசை வருது!'

'சீக்கிரமே பார்க்கலாம், இப்ப நீ முகம் கழுவிக்கிட்டு வா' என்றபடி மதியழகன் ரமேஷிடம் திரும்பினார், 'அப்புறம்? வேற என்ன விசேஷம்?'

'நீதான் சொல்லணும், விவசாயமெல்லாம் எப்படிப் போயிட்டிருக்கு?'

'பரவாயில்ல, ஏதோ வருமானம் வருது. இப்ப கொஞ்சம் கஷ்டம், ஆனா ஒரு மழை வந்ததுன்னா எல்லாம் சரியாகிடும். எத்தனை தட்டுப்பாடு வந்தாலும் நான் சந்தோஷமாதான் இருக்கேன், அதுதானே முக்கியம்?'

'அது உண்மைதான்' என்று ரமேஷ் சொல்லிக்கொண்டிருக்கும்போதே கீதா சிற்றுண்டியுடன் வந்தார். 'எதுக்கும்மா சிரமப்படுறீங்க?' என்றபடி அதை வாங்கிக்கொண்டார் மதியழகன். 'கண்ணன் நல்லாருக்கானா?'

'நல்லாயிருக்கான், எங்கேயோ விளையாடப்போயிருக்கான், இப்ப வந்திடுவான்!'

அதன்பிறகு சிறிதுநேரம் பேசிக்கொண்டிருந்துவிட்டு மதியழகன் கிளம்பினார். ரம்யா உடை மாற்றிக்கொண்டு வந்து தன் தந்தையருகே அமர்ந்தாள், 'அப்பா, மதியழகன் மாமா உங்ககூடப் படிச்சவர்தானே?'

'ஆமாம்மா, நாங்க ஒண்ணாப் படிச்சோம், அப்புறம் இந்த அலுவலகத்துல ஒண்ணாவே வேலைக்குச் சேர்ந்தோம், அவன் நல்ல திறமைசாலி, கடகடன்னு முன்னேறிப் பெரிய நிலைக்குப் போயிட்டான்!'

'அப்புறம் ஏம்ப்பா அந்த நல்ல வேலையை விட்டுட்டு அவர் விவசாயம் பார்க்கணும்?'

'அவனுக்குச் சின்ன வயசுலேர்ந்தே அதுதான் ஆசை. ஆனா, அவங்கப்பா, அம்மா அதுக்கு ஒத்துக்கலை, குடும்பத்துக்காகப் பணம் சம்பாதிக்கணும், வீடு கட்டணும், அப்படி, இப்படின்னு ஏகப்பட்ட கடமைகள், ஆசைகள் வேற. அதனால, எல்லாரையும்போல வேலைக்குச் சேர்ந்து சம்பாதிச்சான், வீடு கட்டினான், கல்யாணம் செஞ்சுகிட்டான், குழந்தைகல்லாம் பிறந்து ஓரளவு வளர்ந்தப்புறம், இனிமேலாவது தான் விரும்பினதைச் செய்யணும்ன்னு ஆசைப்பட்டான், வேலையை ராஜினாமா செஞ்சுட்டு, கிராமத்துல இருந்த பூர்விக நிலத்துல விவசாயம் பண்ண ஆரம்பிச்சுட்டான்.'

ரம்யா யோசனையோடு கேட்டாள் 'ஆனா, அவர் விவசாயம் கஷ்டமா இருக்குன்னுல்ல சொல்றாரு? அவர் நினைச்சா திரும்ப இந்த ஊருக்கு வந்து உங்க அலுவலகத்துலயோ இன்னொரு அலுவலகத்துலயோ வேலைக்குச் சேரலாமே, இந்த அளவுக்குப் படிச்சவருக்கு, நல்ல திறமையாளருக்குக் கைநிறையச் சம்பளம் வருமே? ஏன் கிராமத்துல இருந்து சிரமப்படணும்?'

ரமேஷ் வாய்விட்டுச் சிரித்தார், 'நீ சொல்றது உண்மைதான்ம்மா, ஆனா, அவனோட மனோநிலை அப்படி இல்லையே. விவசாயம்ங்கறது தன்னோட உணவைத் தானே தயாரிச்சுக்கற ஒரு புனிதமான வேலை. இப்ப நமக்கெல்லாம் வேற யாரோ ஒருத்தர் அரிசியோ பருப்போ காய்கறியோ கொடுத்தால்தான் உண்டு. ஆனா அவன் அப்படியில்லை, தான் சாப்பிடற ஒவ்வொரு துளியையும் தானே தயாரிச்சுக்கிறான். அது அவனுக்குத் தர்ற சந்தோஷத்தை நாம கற்பனைகூடச் செய்யமுடியாது. அதனால, எத்தனை சிரமங்கள் இருந்தாலும் அந்த வேலையைச் செய்யணும்ன்னுதான் அவன் மனசு நினைக்கும்.

'அதோட, விவசாயம்ங்கறது ஒரு தனி நபரால நடக்கிறதில்லை. பலருக்கு அவன் வேலை கொடுக்கறான். அவனையும் அவன்

நிலத்தையும் நம்பிப் பல குடும்பங்கள் இருக்கு. அவங்களோட சேர்ந்து குழுவா வேலை பார்க்கிறதுலயும் அவங்களுக்கு உதவி பண்றதுலயும் அவனுக்கு ஒரு சந்தோஷம்.

'மதியழகன்மட்டுமில்லம்மா, விவசாயம்ங்கற இந்தப் புனிதமான சேவையைச் செய்யற யாருக்குமே மத்தவங்ககிட்ட கைநீட்டிச் சம்பளம் வாங்கறது பிடிக்காது. எத்தனை சிரமங்கள் வந்தாலும் தாங்களே உழைச்சுத் தங்களுக்கான உணவைச் செஞ்சு சாப்பிடணும்ன்னுதான் நினைப்பாங்க, அப்படிச் சம்பாதிச்சதைத் தாங்களே அனுபவிக்கணும்ன்னு ஒளிச்சுவைக்கமாட்டாங்க, அதைக்கொண்டு பிறருக்கு உதவணும்ன்னுதான் நினைப்பாங்க.

'திருக்குறள்ள உழவுன்னு ஓர் அதிகாரமே இருக்கு. அதுல ஒரு குறள்ல திருவள்ளுவர் என்ன சொல்றார் தெரியுமா?

இரவார், இரப்பார்க்கு ஒன்று ஈவர் கரவாது,
கைசெய்து ஊண் மாலையவர்.

அதாவது, தாங்களே தங்கள் கையால உழைச்சு, அதனால கிடைச்ச சாப்பாட்டை உண்டு மகிழ்ந்தவங்க, மத்த யார்கிட்டயும் 'எனக்கு இதைக் கொடுங்க'ன்னு கேட்க நினைக்கமாட்டாங்க, சம்பாதிச்சதை ஒளிச்சுவைக்கமாட்டாங்க, எத்தனை சிரமம் வந்தாலும் தாங்கள் சொந்தமாப் பிழைக்கணும், மத்தவங்களுக்கும் வேண்டியதைக் கொடுக்கணும்ன்னுதான் நினைப்பாங்க. உழவுங்கற அந்தப் பழக்கம் அவங்களை அப்படி ஓர் உயர்ந்த மனநிலைக்கு மாத்திடும்.'

28. நல்ல பதில்

'உங்க சரவணன் மாமா பெரிய அறிவியல் நிபுணர், தெரியுமா?' என்றார் ரமேஷ்.

'அப்படியா? நாள்முழுக்க யார்கிட்டயும் பேசாம, உர்ருன்னு ஆராய்ச்சி செஞ்சுகிட்டிருப்பாரா?' பேருந்து வருகிறதா என்று எட்டிப்பார்த்தபடி கேட்டான் கண்ணன்.

ரமேஷ் வாய்விட்டுச் சிரித்தார், 'அதெல்லாம் சும்மாக் கற்பனை. நிஜத்துல விஞ்ஞானிகளும் நம்மைமாதிரி சாதாரண மனுஷங்கதான், ஆனா, வேலைன்னு வந்துட்டா அதுல முழுக் கவனம் செலுத்த ஆரம்பிச்சுடுவாங்க!'

'நீ சின்னப்பையனா இருந்தப்போ சரவணன் மாமா உனக்கு நிறையக் கதைகள் சொல்லியிருக்கார், உன்னோட மகிழ்ச்சியா விளையாடியிருக்கார். அதுக்கப்புறம் அவர் ஆராய்ச்சிப்படிப்புக்காக வெளிநாடு போய்ட்டார், பல வருஷமா நீ அவரைப் பார்க்கலை, அதனாலதான் உனக்கு அவர் முகமே மறந்துபோச்சு' என்றார் ரமேஷ். 'இப்போ அவரைப் பார்த்தேன்னா நீங்க ரெண்டு பேரும் சட்டுன்னு நண்பர்களாகிடுவீங்க!'

சிறிது நேரத்தில், அவர்கள் எதிர்பார்த்த பேருந்து வந்தது. முகம்முழுக்கச் சிரிப்புடன் இறங்கினார் சரவணன் மாமா. 'பொடியா, எப்படி இருக்கே?'

'நல்லா இருக்கேன் மாமா, நீங்க எப்படி இருக்கீங்க?'

'பிரமாதமா இருக்கேன்' என்றார் அவர். பல நாள் பழகியவர்போல் அவனோடு உரையாட ஆரம்பித்தார்.

அந்தப் பக்கமாகச் சென்ற ஆட்டோவை அழைத்தார் ரமேஷ். இடத்தைச் சொல்லிவிட்டு மூவரும் ஏறி அமர்ந்தார்கள்.

'மாமா, இப்ப நீங்க என்ன ஆராய்ச்சி செஞ்சுகிட்டிருக்கீங்க?' ஆவலுடன் கேட்டான் கண்ணன்.

'இன்னிக்கு உன்னோட என்ன சினிமாவுக்குப் போகலாம்ன்னு ஆராய்ச்சி செஞ்சுகிட்டிருக்கேன்!'

'அட, சொல்லுங்க மாமா.'

'நம்ம அரசாங்கம் ஒரு பெரிய செயற்கைக்கோள் ஆராய்ச்சித் திட்டத்தை நடத்திக்கிட்டிருக்கு, அதுலதான் நானும் எனக்குத் தெரிஞ்சதைச் செஞ்சுகிட்டிருக்கேன்.'

சரவணன் மாமா தொடர்ந்து பேசுவதற்குள் ஆட்டோ ஓட்டுநர் குறுக்கிட்டார், 'என்னங்க பெரிய செயற்கைக்கோள், மனுஷனுக்கு மூணு வேளை சாப்பாட்டுக்கு வழி இல்லை, விண்வெளி ஆராய்ச்சி செஞ்சு இந்தியா எதைச் சாதிக்கப்போகுது?'

அவர் அலட்சியமாகப் பேசிய தொனியைக் கேட்டு ரமேஷுக்குக் கோபம் வந்தது. ஆனால் அப்போதும் சரவணன் மாமா எதுவும் பேசவில்லை.

ஆட்டோ ஓட்டுநர் தொடர்ந்து இந்தியாவின் அறிவியல் முயற்சிகள் எல்லாம் வீண் என்பதுபோல் பேசிக்கொண்டிருந்தார். அவர்கள் வீடு நெருங்கும்வரை அவருடைய புலம்பல் தொடர்ந்தது.

அவருக்குப் பணம் கொடுத்து அனுப்பிவிட்டு அவர்கள் வீட்டினுள் நுழைந்தார்கள். கீதா வாசலுக்கே வந்து வரவேற்க, சரவணன் மாமாவிடம் கேட்டான் கண்ணன், 'அவர் சொல்றது உண்மையா மாமா? இந்தியாமாதிரி ஏழை நாட்டுக்கு அறிவியல் ஆராய்ச்சியெல்லாம் கூடாதா?'

'யார் சொன்னாங்க? நமக்குதான் இதெல்லாம் அவசியம் வேணும்!' என்றார் சரவணன் மாமா, 'அறிவியல் ஆராய்ச்சியையெல்லாம் செலவுன்னு நினைக்கக்கூடாது, அது ஒரு முதலீடு, அதை வெச்சுதான்

நம்ம நாடு முன்னேறணும், இந்தச் செயற்கைக்கோளெல்லாம் சும்மா வேடிக்கை சமாசாரம்ன்னு நினைச்சியா? இதனால நமக்குப் பல நன்மைகள் உண்டு' என்றவர் அதை அவனுக்குப் புரியும்வண்ணம் விளக்கமாகச் சொன்னார்.

'ஆனா, இதையெல்லாம் நீங்க ஏன் அவர்கிட்ட சொல்லலை மாமா?' என்றான் கண்ணன்.

'அவருக்குச் சொன்னாலும் புரியாதுடா' என்று சிரித்தார் சரவணன் மாமா. 'இதைக் கத்துக்கணும்ங்கற ஆர்வம் அவருக்கு இல்லை, ஏதோ புலம்பறார், நாம பதில் சொன்னா வேற எதாவது காரணத்தைச் சொல்லிப் புலம்புவார், அவருக்கு மௌனம்தான் நல்ல பதில்!'

'அதனாலதான், அவர் புலம்பறதைச் சும்மா கேட்டுக்கிட்டேன், இங்கே வந்து உனக்கு இதையெல்லாம் விளக்கிச் சொல்றேன்.'

'இருந்தாலும், நீங்க அவருக்குப் பதிலடி கொடுத்திருக்கணும் மாமா!'

'இல்லைடா, உங்க மாமா செஞ்சதுதான் சரி' என்றார் ரமேஷ்.

'எப்படிப்பா?'

'திருக்குறள்ல அவை அறிதல்ன்னு ஓர் அதிகாரம் இருக்கு. அதுல திருவள்ளுவர் இப்படிச் சொல்றார்:

ஒளியார்முன் ஒள்ளியர்ஆதல், வெளியார்முன்
வான்சுதைவண்ணம் கொளல்.

அதாவது, புத்திசாலிங்ககிட்ட பேசும்போது, நாமும் புத்திசாலிங்களாப் பேசணும், நமக்குத் தெரிஞ்சதைத் தெளிவாச் சொல்லணும், அப்பதான் ஓர் ஆரோக்கியமான விவாதம் நடக்கும், அதனால ரெண்டு பேருக்கும் பயன் உண்டு.

முட்டாளுங்க அப்படியில்லை, அவங்க எதையாவது பேசணும்ங்கறதுக்காகப் பேசுவாங்க, அவங்ககிட்ட விவாதம் செஞ்சுகிட்டிருந்தா நம்ம நேரம்தான் வீணாகும். அதனால, அவங்கமுன்னாடி நமக்கு அறிவு இருக்கறதையே காட்டிக்கக்கூடாது, சுண்ணாம்புமாதிரி அமைதியா இருந்துடணும்!'

29. (அ)சாதாரணப்பிழை

ரமேஷ், கீதா, கண்ணன் மூவரும் தொலைக்காட்சியில் ஓர் இசைநிகழ்ச்சியைப் பார்த்துக்கொண்டிருந்தார்கள்.

'அருமையான பாட்டு!' என்றார் ரமேஷ், 'இந்தப் பாட்டு ரம்யாவுக்கு ரொம்பப் பிடிக்குமே, அவ எங்கே?'

'உள்ளே இருக்கா' என்றார் கீதா.

'அப்படியா? தொலைக்காட்சி பார்க்காம படிச்சுகிட்டிருக்காளா?'

'இல்லை' என்று உள்ளே பார்த்தபடி தணிந்தகுரலில் சொன்னார் கீதா, 'அவளுக்கு என்னவோ கோவம், வாத்தியார் திட்டிட்டாராம்!'

'எந்த வாத்தியார்? ஏன் திட்டினார்?'

'எவ்ளோ கேட்டாலும் சொல்லமாட்டேங்கறா, உர்ருன்னு உட்கார்ந்திருக்கா' என்று கீதா சொன்னதும், சட்டென்று தொலைக்காட்சியை அணைத்தார் ரமேஷ். உள்அறையை நோக்கி நடந்தார்.

அங்கே விளக்கைக்கூடப் போடாமல் ரம்யா படுக்கையில் அமர்ந்திருந்தாள். ரமேஷ் உள்ளே நுழைவதை அவள் கவனித்ததுபோல் தெரியவில்லை.

அவளருகே சென்று அமர்ந்தார் ரமேஷ், அவளுடைய தோளைத் தட்டி, 'என்னாச்சு?' என்றார்.

'ஒண்ணுமில்லைப்பா' என்று எழுந்துசெல்ல முயன்றாள் கீதா. அவளைப் பிடித்து அமரவைத்தார் ரமேஷ். 'யார்மேலயோ இருக்கற

கோவத்தை ஏன் எங்கமேல காட்டறே? என்ன நடந்ததுன்னு விவரமாச் சொல்லு!'

அப்போதும் ரம்யா பேசவில்லை. கொஞ்சம்கொஞ்சமாக அவளைப் பேசவைத்தார் ரமேஷ்.

'சரி சொல்லு, உன்னைத் திட்டினது யாரு?'

ரம்யா பதில் சொல்லாமல் அவளுடைய மேஜைமேலிருந்த ஒரு தேர்வுத்தாளை எடுத்துக்காட்டினாள். அதன்மேல் 99.75/100 என்று எழுதி, ஆங்கிலத்தில் 'அருமை!' என்ற பாராட்டும் இருந்தது.

'பிரமாதம்' என்று ரம்யாவின் தோளில் தட்டிக்கொடுத்தார் ரமேஷ். 'அதான் அருமையா மதிப்பெண் வாங்கியிருக்கியே, அப்புறம் என்ன கோபம்?'

'இந்த மதிப்பெண்ணுக்காகதான்ப்பா எனக்குத் திட்டு விழுந்தது' என்றாள் ரம்யா, 'தொண்ணூற்றொன்பதே முக்கால் மதிப்பெண் பெரிசில்லை, அந்தக் கால் மதிப்பெண்ணுக்காக என்னைக் கன்னாபின்னான்னு திட்டிட்டார் எங்க ஆசிரியர்!'

'அப்படியா? ஆச்சர்யமா இருக்கே' என்று அந்த விடைத்தாளைப் புரட்டினார் ரமேஷ். மூன்றாவது பக்கத்தில் ஒரு சிறிய இலக்கணப்பிழை, அதற்குக் கால் மதிப்பெண் குறைந்திருந்தது. மற்றபடி எல்லாமே சரிதான்.

ரமேஷ் அந்தப் பக்கத்தை இன்னொருமுறை பார்த்தார். மெல்லச் சிரித்தார். 'உங்க ஆசிரியர் உன்னைத் திட்டினது சரிதான் ரம்யா' என்றார்.

'என்னப்பா சொல்றீங்க?'

'அவருக்கு உன்னை ரொம்பப் பிடிக்குமோ?'

'ஆமாம்ப்பா, எனக்கு ஆங்கிலம் ரொம்பநல்லா வருதுன்னு அடிக்கடி சொல்வார், பள்ளியில, அதுக்குவெளியில எங்கே என்ன விழாக்கள் நடந்தாலும் நான் அதுல கலந்துக்கணும், நிறைய எழுதணும், பேசணும், பரிசுகள் வாங்கணும்ன்னு ஊக்கப்படுத்துவார்.

ஆனா இன்னிக்கு, வெறும் கால் மதிப்பெண்ணுக்காக என்னை ரொம்ப மோசமாத் திட்டிட்டார்ப்பா, சுத்தியிருந்த எல்லாரும் அப்படிச் சிரிச்சாங்க!'

'சரி, அவர் திட்டினதுதான் உனக்குத் தெரியுது, என்ன திட்டினார்ன்னு கவனிச்சியா?'

'ஏன் இப்படி ஒரு சாதாரணமான இலக்கணப்பிழையைக் கவனிக்கலைன்னு திட்டினார். ஆனா...'

'கொஞ்சம்பொறு, அவர் திட்டினதிலயே முக்கியமான விஷயம், அந்தச் 'சாதாரணமான இலக்கணப்பிழை'ங்கறதுதான், புரியுதா?'

'அதான்ப்பா, சாதாரணமான பிழைக்கு ஏன் அவர் இப்படிக் குதிக்கணும்?'

'அது சாதாரணமான பிழைதான் ரம்யா, ஆனா, உன்னைமாதிரி ஒரு புத்திசாலி மாணவி அந்தப் பிழையைச் செய்யும்போது அது பெரிய பிழையாகிடுது. அதான் உங்க ஆசிரியரோட கோபம்!'

'என்னப்பா சொல்றீங்க?'

'இப்ப, நீயோ நானோ நம்ம தோட்டத்துல ஒரு மரத்துக்குத் தினமும் தண்ணி ஊத்தலைன்னா அது ஒரு பெரிய விஷயம் இல்லை, ஆனா, நம்ம ஊர் ஆட்சியாளரோட வீட்டுல இருக்கிற தோட்டத்துல செடிங்கல்லாம் தண்ணி ஊத்தாம வாடியிருக்குன்னா, அது ஒரு பெரிய செய்தியாகிடும், இல்லையா?'

'ஆமாம்ப்பா!'

'அதுமாதிரி, பிழை சின்னதுதான், ஆனா, உன்னைமாதிரி நல்ல மதிப்பெண் வாங்கற ஒரு பொண்ணு அந்தப் பிழையைச் செய்யும்போது, அது உன் மதிப்பைக் குறைச்சுடும்!'

'உலகத்தோட பார்வையில உயர்ந்தவங்களா இருக்கிறவங்க, ரொம்பச் சின்ன பிழைகளைக்கூடச் செய்யக்கூடாது, அப்போதான் அவங்க தங்களோட நிலையைத் தக்கவெச்சுக்கலாம். இதைத் திருவள்ளுவர் 'குடிமை'ங்கற அதிகாரத்துல ஒரு குறள்ல சொல்றார்:'

குடிப்பிறந்தார்கண் விளங்கும் குற்றம் விசும்பின்
மதிக்கண் மறுப்போல் உயர்ந்து.

'நல்லகுடும்பத்துல பிறந்தவங்க, நல்லபடி வாழ்ந்து பேரெடுத்தவங்க சின்ன குற்றம் செஞ்சாலும், வானத்துல இருக்கிற நிலாவோட கறை தெளிவாத் தெரியறமாதிரி அது பெரியஅளவுல தெரியும். அதனால, அவங்க எந்தப் பிழையும் செய்யக்கூடாது, மத்தவங்களைவிட அவங்களுக்குப் பொறுப்பு அதிகம் இருக்கணும்!'

30. பொறுமையெனும் பொக்கிஷம்

‘ஆஹா, வாசனை பிரமாதமா இருக்கே’ என்றபடி வீட்டினுள் நுழைந்தான் கண்ணன். கையிலிருந்த பந்தை அதற்குரிய பெட்டியில் போட்டுவிட்டுச் சமையலறைக்குள் ஓடினான். ‘அம்மா, என்ன செஞ்சுகிட்டிருக்கீங்க?’

‘கேசரி!’ என்றார் கீதா. ‘எப்படியிருக்குன்னு பார்க்கறியா?’

‘ம்ஹூம், உடம்பெல்லாம் அழுக்கு’ என்று சிரித்தான் கண்ணன். ‘அஞ்சே நிமிஷம், குளிச்சுட்டு ஓடிவந்துடறேன்!’

அவன் திரும்பிவருவதற்குள் கேசரி தயாராகியிருந்தது. அதை அழகிய கோப்பைகளில் அலங்கரித்துப் பரிமாறினார் கீதா. எல்லாரும் சுவைத்துச் சாப்பிட்டார்கள்.

‘கேசரி எதுக்குன்னு கேட்கமாட்டீங்களா?’ என்றார் கீதா.

‘ஆமா, எதுக்கு திடீர்ன்னு கேசரி?’

‘அப்பாவுக்கு அலுவலகத்துல ஒரு பரிசு கொடுத்திருக்காங்க’ என்றார் கீதா. ‘அதைக் கொண்டாடறதுக்குதான் இனிப்பு!’

‘வாழ்த்துகள்ப்பா’ என்றாள் ரம்யா. ’நீங்க இப்படி அடிக்கடி பரிசு வாங்கினா, எங்களுக்கும் ஏதாவது இனிப்பாக் கிடைக்கும்.’

‘என்ன பரிசுப்பா?’ என்றபடி சுற்றிலும் பார்த்தான் கண்ணன். ‘பரிசுப்பொட்டலம் எதுவும் காணோமே!’

‘டேய், பெரியவங்களோட பரிசெல்லாம் பொட்டலத்துல வராது’ என்று சிரித்தார் ரமேஷ். ‘பணப்பரிசுதான், நேரா என்னோட வங்கிக்கணக்குக்கு வந்துடும்’ என்றவர் தன்னுடைய கைபேசியை எடுத்து ஒரு புகைப்படத்தைக் காட்டினார், ‘இதோ பாருங்க, இன்னிக்கு அலுவலக விழாவிலே எனக்கும் மணிகண்டனுக்கும் பொன்னாடை போர்த்தினாங்க.’

‘அட, மணிகண்டன் மாமாவுக்கும் இதே பரிசுதானா?’

‘ஆமாம், போனவருஷம் எங்க அலுவலகத்திலேயே சிறந்த பணியாளர்கள்ன்னு எங்களைத் தேர்ந்தெடுத்திருக்காங்க!’ என எழுந்துகொண்டார் ரமேஷ். ‘மணிகண்டன்னு சொன்னதும் ஞாபகம் வருது, அடுத்தவாரம் அவன் மகனுக்குப் பிறந்தநாள், உங்களையெல்லாம் கூட்டிக்கிட்டு வரச்சொல்லியிருக்கான்.’

★★★

அந்தப் பிறந்தநாள்விழா மிகச்சிறப்பாக நடைபெற்றது. திரும்பிய பக்கமெல்லாம் அலங்காரம், மிகப்பெரிய கேக், வந்தவர்களுக்குப் பிரமாதமான பரிசுகள், பெரிய உணவகத்திலிருந்து வரவழைத்த சாப்பாடு.

விழா நிறைவுபெற்று வீடு திரும்பும் வழியில் கீதா கேட்டார், ‘உங்க நண்பர் இவ்ளோ பெரிய பணக்காரர்ன்னு எனக்குத் தெரியாதே!’

‘பணக்காரரெல்லாம் இல்லை’ என்று சிரித்தார் ரமேஷ். ‘நம்மைமாதிரிதான்!’

‘அப்புறம் எப்படி இவ்ளோ ஆடம்பரமாப் பிறந்தநாள்விழா? ரொம்ப செலவாகியிருக்குமே!’

‘ஆமா, அன்னிக்கு வந்த பரிசுப்பணத்தையெல்லாம் இன்னிக்கு விழாவுக்குச் செலவழிச்சுட்டானாம், அவனே சொன்னான்!’

‘அச்சச்சோ, கஷ்டப்பட்டு வேலைசெஞ்சு கிடைச்ச பணத்தை இப்படியா ஒருநாள்ல செலவழிப்பாங்க? அந்தப் பணத்தைப் பையன் பேர்ல வங்கியில போட்டுவெச்சா நாளைக்கு அவனோட படிப்புக்குப் பயன்படுமே!’

‘அதெல்லாம் அவனுக்கும் தெரியும், ஆனா என்னவோ, திடீர்ன்னு ஒரு வேகம், எல்லாரையும்போல ஆடம்பரமா விழா கொண்டாடணும்ன்னு நினைச்சான், செஞ்சுட்டான்!’

‘அதைப்பார்த்து உங்களுக்கும் வேகம் வரலையாப்பா?’ வேடிக்கையாகக் கேட்டான் கண்ணன். ‘இன்னும் ரெண்டு மாசத்துல என் பிறந்தநாள் வருது, அதையும் இப்படிக் கொண்டாடுவீங்களா?’

ரமேஷ் பெரிதாகச் சிரித்தார். ‘எப்பவும்போல உன் பிறந்தநாளைக் கொண்டாடுவோம், ஆடம்பரமா இல்லை, அழகா!’

சிறிதுநேரம் கழித்து, அவரே தொடர்ந்து சொன்னார், ‘கண்ணா, நீ விளையாட்டுக்குதான் கேட்டேன்னு தெரியும், ஆனாலும் சொல்றேன், நம்மைச்சுத்தியிருக்கிறவங்க செய்யற விஷயங்களைப் பார்க்கும்போது, நாமும் அதேமாதிரி செய்யணும்ங்கற எண்ணம் வர்றது இயல்புதான். ஆனா, அப்போ நாம நம்மை ஒரு கேள்வி கேட்டுக்கணும்: இது நமக்கு உண்மையிலேயே தேவையா, நாமா விரும்பி இதைச் செய்யறோமா, அல்லது யாருக்காகவோ செய்யறோமா!

‘குறிப்பா, மத்தவங்க தங்கள்கிட்டே நிறையப் பணம், வலிமை, புகழெல்லாம் இருக்குன்னு கர்வமாச் சில வேலைகளைச் செய்யும்போது, நாமும் போட்டிக்கு இறங்கக்கூடாது, அந்த நேரத்துலதான் பொறுமை அவசியம்.

உதாரணமா, உன் பிறந்தநாளை நல்லாக் கொண்டாடணும்ன்னு நீயோ நானோ நினைச்சா, அது சரி, இன்னொருத்தர் செய்யறாங்களேன்னு அதைச் செஞ்சா, அது முட்டாள்தனம்.

மணிகண்டன் நல்லவன்தான், தன்கிட்ட பணம் வந்துடுச்சேன்னு திமிர்பிடிச்சு நடந்துக்கறவன் இல்லை. ஆனா, இதுபோல ஆடம்பரமாப் பிறந்தநாள் கொண்டாடின யாரையோ அவன் பார்த்திருக்கான், தானும் அந்தமாதிரி செய்யணும்ன்னு விரும்பியிருக்கான், கஷ்டப்பட்டு வேலை செஞ்சான், சம்பாதிச்சான், அதைச் செலவுசெஞ்சுட்டான், அது அவனோட விருப்பம்!

‘அதுக்காக, நாமும் அதைப் பின்பற்றணும்ன்னு அவசியம் இல்லை. திருக்குறள்ல பொறையுடைமைங்கற அதிகாரத்துல திருவள்ளுவர் சொல்றாரு:

மிகுதியான் மிக்கவை செய்தாரைத் தாம்தம்
தகுதியான் வென்றுவிடல்.

'அதாவது, தங்கள்கிட்டே ஏதோ நிறைய இருக்குங்கற காரணத்தாலே, சிலர் மிகையாச் சில விஷயங்களைச் செய்வாங்க, அதை ஒரு பெரிய விஷயமா நினைச்சுக்கக்கூடாது, ஒருவேளை நம்மகிட்டயும் அது இருந்தால்கூட, நாமும் அவங்களோட போட்டியிடக்கூடாது, பொறுமையா நமக்கு என்ன தேவையோ அதைமட்டும்தான் செய்யணும். அதுதான் நிஜமான வெற்றி!'

31. உதவும் ஊன்றுகோல்!

'நாளைக்கு லட்சுமணன் பெரியப்பா வர்றாங்க!'

'அச்சச்சோ!' என்றாள் ரம்யா. 'இப்ப எதுக்கும்மா அவர் இங்கே வர்றார்?'

'ரம்யா, என்ன பேச்சு இது?' என்று கோபித்தார் கீதா. 'நம்ம வீட்டுக்கு வர்றவங்களைப் புன்னகையோட வரவேற்கணும், ஏன் வர்றாங்கன்னு கேட்கறது நாகரிகமில்லை!'

'அம்மா, அதெல்லாம் மத்த விருந்தினர்களுக்குதான்' என்று சிரித்தாள் ரம்யா. 'ஆனா, லட்சுமணன் பெரியப்பா வெறுமனே விருந்து சாப்பிடவா வர்றாரு? அந்தப் பக்கம் திரும்பினாக் குத்தம், இந்தப் பக்கம் திரும்பினாத் தப்புன்னு எப்பவும் அறிவுரை சொல்லிக்கிட்டே இருப்பார், அதைக் கவனிச்சுக் கேட்டாலும் திட்டுவாரு, கேட்காட்டியும் திட்டுவாரு! நாள்முழுக்க எனக்கும் கண்ணனுக்கும் திட்டு விழுந்துகிட்டே இருக்கும்!'

கீதா சிரித்தபடி அவள் தலையில் குட்டினார், 'நீ ஒழுங்கா நடந்துகிட்டா அவர் ஏன் திட்டப்போறாரு?'

'அம்மா, நான் சமர்த்துன்னு நீதானே சொல்லுவே?'

'ஆமா, அதனால, உன்கிட்ட கெட்டதே இல்லைன்னு ஆகிடுமா? ஏதோ, என் பொண்ணுங்கறதால நான் அதைக் கண்டுக்கறதில்லை,

லட்சுமணன் பெரியப்பா பட்டுன்னு போட்டு உடைச்சுடறாரு, அவ்ளோதான்!'

'அதெல்லாம் ஒண்ணுமில்லைம்மா, அவருக்குச் சின்னப் பிள்ளைங்கன்னாலே பிடிக்காதுன்னு நினைக்கறேன், அதனாலதான் எப்பப்பார் அறிவுரை சொல்லிக்கிட்டே இருக்கார், இதெல்லாம் யாருக்கு வேணும்?' என்றபடி நாள்காட்டியைப் பார்த்த ரம்யா சட்டென்று முகம் மலர்ந்தாள், 'அம்மா, இன்னிக்கு பதினேழாம் தேதி!'

'அதனால என்ன?'

'பதினேழாம்தேதி ஏதோ விசேஷம், நம்ம ஊர் மலைக்கோயிலுக்குப் போலாம்ன்னு சொன்னீங்களே!'

'அட, ஆமா, நானும் மறந்துட்டேன்' என்றார் கீதா. 'சரி கிளம்பு, கண்ணனையும் புறப்படச்சொல்லு.'

'அப்பா?'

'அவரை நேரடியா அலுவலகத்திலேர்ந்து மலைக்கோயிலுக்கு வரச்சொல்லிடலாம்!'

★★★

மலைக்கோயில் வழக்கத்தைவிடக் கூட்டமாகவே இருந்தது. படிகளில் ஏறிச்செல்கிறவர்கள் ஒருபக்கம், இயற்கையான மலைப்பாதையில் ஏறிவருகிறவர்கள் இன்னொரு பக்கம்.

ரம்யா மலைப்பாதையில் செல்ல விரும்பினாள். முதலில் தயங்கிய கீதா, பிறகு அனுமதித்தார். 'ஆனா, இந்தக் குச்சியைக் கையில எடுத்துக்கோ!' என்றார்.

'இது எதுக்குமா?'

'எல்லாரும் வெச்சிருக்காங்க, உனக்கும் பயன்படும்' என்றார் கீதா.

'அப்படியா?' என்று சுற்றிலும் பார்த்தாள் ரம்யா. பலர் கையில் குச்சி இருந்ததைப் பார்த்தபிறகு, அரைமனத்துடன் கீதா தந்த குச்சியை வாங்கிக்கொண்டாள்.

'அப்பாவோட ஜாக்கிரதையா ஏறி வா' என்றார் கீதா, 'நாங்க படியில ஏறி கோயிலுக்குப் போய் உனக்காகக் காத்திருப்போம்!'

அரைமணிநேரம் கழித்து, ரம்யாவும் ரமேஷூம் மூச்சுவாங்க வந்துசேர்ந்தார்கள். 'மலைப்பாதை செமயா இருந்ததும்மா!' என்றாள் ரம்யா புன்னகையுடன்.

'அந்தக் குச்சிக்கு நன்றி சொல்லு' என்றார் கீதா.

'குச்சிக்கா?'

'ஆமா, அந்தக் குச்சிதானே உன்னை இவ்ளோதூரம் பத்திரமாக் கொண்டுவந்திருக்கு!'

'என்னம்மா சொல்றீங்க?'

'ரம்யா, மலைப்பாதையில ஏறிவந்தபோது பல இடங்கள் நடக்கச் சிரமமா இருந்திருக்கும், ஆனா, நீ அதைக் கவனிச்சிருக்கமாட்டே, காரணம், இந்தக் குச்சிதான்!'

'உன்னால நடக்கமுடியாம கால் தடுமாறும்போது, உன்னோட கை அனிச்சையா இந்த ஊன்றுகோலைத் தரையில ஊன்றியிருக்கும், அது உனக்குச் சமநிலையைக் கொடுத்துக் காப்பாத்தியிருக்கும். ஒருவேளை இந்தக் குச்சி உன் கையில இல்லைன்னா, சில இடங்கள்ல நீ தடுமாறி விழுந்திருக்கக்கூடும்!'

'ஓ, அதனாலதான் எல்லாரும் குச்சியைக் கையில வெச்சுகிட்டு மலை ஏறிவர்றாங்களா?'

'ஆமா!' என்றபடி அவள் கையிலிருந்த குச்சியை வாங்கி ஓரமாக வைத்தார் கீதா. 'இப்ப இந்தக் குச்சி இன்னொருத்தருக்குப் பயன்படும்!'

ரம்யா அந்தக் குச்சியையே கவனித்துக்கொண்டிருக்க, கீதா சின்னச் சிரிப்புடன், 'லட்சுமணன் பெரியப்பாவோட திட்டுகளும் இந்தக் குச்சிமாதிரிதான் ரம்யா' என்றார்.

'அதுக்கும் இதுக்கும் என்னம்மா சம்பந்தம்?'

'நீ தடுமாறுற நேரத்துல இந்தக் குச்சிதானே முன்வந்து உதவி செஞ்சுச்சு, உன்னையும் அறியாம உன்னைச் சமநிலைப்படுத்திக் காப்பாத்திச்சு, இல்லையா?'

'ஆமா!'

சமதளத்துல இருக்கும்போது உனக்கு இந்தக் குச்சி தேவையில்லை, இது இல்லாமலே நீ நல்லா நடக்கமுடியும். ஆனா, என்னிக்கு

மலையேறவேண்டியிருக்குமோ, யாருக்குத் தெரியும்? அப்போ உன் கையில குச்சி இருந்தா நல்லதுதானே!

அந்தமாதிரிதான் லட்சுமணன் பெரியப்பா உனக்குச் சொல்ற அறிவுரைகளும், என்னிக்காவது நீ கஷ்டப்படக்கூடாதுங்கறதுக்காக, அப்போ உனக்குப் பயன்படும்ன்னு நம்பிச் சொல்லறார், இப்போ அது உனக்குத் தேவைப்படலைன்னாலும், வாங்கிவெச்சுக்கோ, உதவும்!

இதுவும் திருவள்ளுவர் சொன்னதுதான், கேள்விங்கற அதிகாரத்துல வர்ற அந்தக் குறள்:

> **இழுக்கல் உடையுழி ஊற்றுக்கோல்அற்றே**
> **ஒழுக்கம் உடையார்வாய்ச் சொல்.**

அதாவது, ஒருத்தர் வழுக்கிவிழப்போற நேரத்துல அவருக்கு ஊன்று கோல் எப்படிப் பயன்படுமோ, அதுபோல, ஒழுக்கமுள்ளவங்க சொல்ற அறிவுரைகளும் சரியான நேரத்துல நமக்குப் பயன்படும்!'

32. இன்முக நன்கொடை

‘அம்மா, சீக்கிரம் வா’ என்று சத்தமிட்டபடி தொலைக்காட்சியின் முன் அமர்ந்தான் கண்ணன்.

‘என்னடா விஷயம்?’ சமையலறையிலிருந்து கீதா கேட்டார்.

’மறந்துட்டியாம்மா, அப்பாவோட அலுவலகத்துல நடந்த நன்கொடை வழங்கும் விழாவை இன்னிக்குத் தொலைக்காட்சியில காட்டறாங்க.’

மறுநிமிடம், கீதா, ரமேஷ், ரம்யா மூவரும் அங்கே வந்துவிட்டார்கள். எல்லாரும் தொலைக்காட்சியின்முன் அமர்ந்தார்கள்.

நிகழ்ச்சி இப்போதுதான் தொடங்கியிருந்தது. வரவேற்புரைக்குப்பிறகு, ஒருவரைப் பேச அழைத்தார்கள்.

‘யாருப்பா இவரு?’ என்று கேட்டான் கண்ணன்.

‘இவர் பேரு சண்முகசுந்தரம், பெரிய ஓவியர்!’

‘அப்படியா? உங்க அறக்கட்டளைக்கு அவர் எவ்ளோ நன்கொடை கொடுத்தார்?’

‘நிறைய கொடுத்தார்’ என்று சிரித்தார் ரமேஷ்.

‘அதான் எவ்ளோ?’

'இதோ, இவ்ளோ' என்று தொலைக்காட்சியைக் காட்டினார் ரமேஷ்.

'என்னப்பா சொல்றீங்க?'

'அவர் பெரிய பணக்காரர் இல்லை கண்ணா, ஆனா, பெரிய திறமைசாலி, புகழ்பெற்ற மனிதர், எங்களுக்காக அவர் இந்த விழாவுக்கு வந்து பேசினார், நன்கொடை கொடுத்த எல்லாரையும் வாழ்த்தினார், அவர் வர்றார்ன்னதும் பலபேர் விழாவுக்கு வந்து நிறைய நன்கொடை கொடுத்தாங்க, அவங்களோட ஒப்பிடும்போது, இவர் கொடுத்த நன்கொடை சின்னதுதான், ஆனா, அவரோட மனசு ரொம்பப் பெரிசு, இல்லையா?'

'அப்பா, இவர் பரவாயில்லை, தன்னால முடிஞ்சஅளவு பணமும் கொடுத்து விழாவுக்கும் வந்து பேசியிருக்கார், ஆனா, வேற சிலபேர் யார் என்ன உதவிகேட்டுப்போனாலும் சிரிக்கச்சிரிக்கப் பேசியே அனுப்பிவெச்சிடுவாங்களாம், காசு தரமாட்டாங்களாம், எங்க ஆசிரியர் சொன்னாரு!'

'அவருக்கெப்படி இதெல்லாம் தெரியும்?'

'எங்க பள்ளி ஆண்டுவிழாவுக்கு நன்கொடை வசூலிக்கறதுக்குப் பல தொழிலதிபர்கள்கிட்ட போயிருக்காரே, அந்த அனுபவம்தான் பேசுது!' என்று கண்ணன் சொன்னதும், எல்லாரும் சிரித்தார்கள்.

சில நிமிடங்கள் கழித்து நிகழ்ச்சி நிறைவடைந்தது. தொலைக் காட்சியை அணைத்துவிட்டு, 'ஒருவிதத்துல பார்த்தா, அந்தத் தொழிலதிபர்களையும் குறைசொல்லக்கூடாது கண்ணா' என்றார் ரமேஷ். 'மனம் மகிழ்ந்து உதவி செய்யறதைவிட, முகம் மலர்ந்து நாலுவார்த்தை இனிமையாப் பேசறது உயர்வுன்னு திருவள்ளுவர் சொல்றார், இனியவை கூறல்ங்கற அதிகாரத்துல. அதுவும் நமக்குத் தேவைப்படுதே!

அகன்அமர்ந்து ஈதலின் நன்றே, முகன்அமர்ந்து
இன்சொலன் ஆகப்பெறின்.

'என்னப்பா, நாலுவார்த்தை இனிமையாப் பேசிட்டா அது காசுக்குச் சமமாகிடுமா?'

'ஆமா கண்ணா, திட்டிக்கிட்டே காசு கொடுக்கறதைவிட, நிஜமான மகிழ்ச்சியோட நாலுவார்த்தை பாராட்டறது உசத்திதான்,

அதுக்குமேல காசும் கொடுத்தா இன்னும் நல்லது!'

'அதிருக்கட்டும், உசிலம்பட்டியில திருக்குறள் நீதிமன்றத்துல ஏறியிருக்கு, தெரியுமா?' என்றார் கீதா.

'நீதிமன்றத்துலயா? என்னம்மா சொல்றீங்க?'

'அங்கே சில மாணவர்களுக்குள்ள சண்டை வந்திருக்கு, அதுல ஒரு பையன் இன்னொருத்தனை அடிச்சுட்டான், அதனால, அவனைக் கைதுசெஞ்சு நீதிபதி முன்னாடி நிறுத்தினாங்க.'

'இந்தப் பையன் செஞ்ச குற்றத்துக்கு இவனைச் சிறையில அடைச்சாலோ, ஜாமீன்கொடுத்து தினமும் காவல்நிலையத்துக்கு வந்து கையெழுத்துப்போடச்சொன்னாலோ, அது அவனோட மனசை ரொம்பப் பாதிக்குமேன்னு அந்த நீதிபதி யோசிச்சிருக்கார்!'

'அதுக்காக, தப்புசெஞ்சவனை விடுவிச்சுடமுடியுமா?

'அதான் இல்லை, அதுக்குப்பதிலா, அவனுக்குத் திருக்குறள்லேர்ந்து பத்து அதிகாரங்களைத் தேர்ந்தெடுத்துக்கொடுத்திருக்காரு அந்த நீதிபதி, அதுல இருக்கற நூறு குறள்களையும் அவன் உரையோட படிச்சு மனப்பாடம் செய்யணும், அதை நீதிமன்றத்துல வந்து ஒப்பிக்கணும், அதுதான் தண்டனை!'

'என்னம்மா இது, திருக்குறள் ஒப்பிக்கறது எப்படித் தண்டனையாகும்?'

'அவ்ளோ பெரிய நீதிபதி யோசிக்காம செய்வாரா கண்ணா? அவர் தேர்ந்தெடுத்த பத்து அதிகாரமும், இந்திய அரசியல்சட்டத்தோட அடிப்படைப் பண்புகளை வெளிப்படுத்தறமாதிரி இருக்கு, அதுல இருக்கிற குறள்களை ஒருத்தன் படிச்சான்னா, அதுவும் அர்த்தம்புரிஞ்சு படிச்சான்னா, அதுக்கப்புறம் தப்புசெய்யணும்ன்னே அவனுக்குத்தோணாது. அதுதானே தண்டனையோட நோக்கம்?'

'ஆமாம்மா!' என்று ஒப்புக்கொண்டான் கண்ணன். 'அந்தப் பத்து அதிகாரங்களோட பேரைச் சொல்லும்மா, நானும் படிக்கறேன், என் நண்பர்களுக்கும் சொல்றேன்!'

கீதா வரிசையாகச் சொல்ல ஆரம்பித்தார், 'முதல்ல, ஒழுக்கமுடைமை, எப்பவும் ஒழுக்கமா நடந்துக்கறது, அடுத்து, பொறையுடைமை, பொறுமைக்குணம், மூணாவது, தீவினைஅச்சம்,

கெட்டது செய்யறதை நினைச்சு பயப்படறது, நாலாவது, ஒப்புரவுஅறிதல், அறங்களைத் தெரிஞ்சுக்கறது, அஞ்சாவது, அருளுடைமை, எல்லார்மேலயும் அன்பா இருக்கறது, அடுத்து, கூடாஒழுக்கம், கெட்டவங்களோட சேர்றதநினைச்சு பயப்படறது, ஏழாவது, வெகுளாமை, கோபப்படாம இருக்கறது, எட்டாவது, இன்னாசெய்யாமை, கெட்டவற்றைச் செய்யாம தவிர்க்கறது, ஒன்பதாவது, குற்றம்கடிதல், குற்றத்தைத் தவிர்க்கறது, நிறைவா, சிற்றினம்சேராமை, அற்பமான ஆளுங்களோட சேராம இருக்கறது!'

33. போட்டியென்று வந்துவிட்டால்...

'நம்ம சிநேகிதிங்க எல்லாரும் சேர்ந்து ஒரு கால்பந்து அணி ஆரம்பிச்சா என்ன?' என்றாள் ரம்யா.

'அருமையான யோசனை' என்று அவளுடைய தோளில் தட்டிக்கொடுத்தாள் தேவி. 'ஏற்கெனவே இங்கே நல்லாக் கால்பந்து விளையாடற பொண்ணுங்க ஏழெட்டுப் பேர் இருக்கோம், பயிற்சி கொடுக்கறதுக்குச் சதாசிவம் ஐயாவும் இருக்காரு. இப்படிச் சும்மா நமக்குள்ள மட்டும் விளையாடிக்கிட்டிருக்காம, இன்னும் சிலரைச் சேர்த்தா ஓர் அணியை உருவாக்கலாம், தினமும் விளையாடிப் பயிற்சி எடுக்கலாம், உள்ளூர், வெளியூர் ஆட்டங்கள்ல கலந்துக்கலாம்...'

ரம்யா சொன்னதை எல்லாரும் ஏற்றுக்கொண்டார்கள். அணிக்கு என்ன பெயர் வைக்கலாம் என்று மும்முரமாக யோசிக்கத் தொடங்கினார்கள்.

அதற்குள், ஒருத்தி எங்கிருந்தோ ஒரு பேனா, காகிதத்தைக் கொண்டுவந்தாள், அணியிலிருக்கிற எல்லாருடைய பெயரையும் எழுதத்தொடங்கினாள். இன்னும் யாரையெல்லாம் சேர்க்கலாம் என்று ஆளாளுக்கு ஆலோசனை சொன்னார்கள்.

அடுத்த சில தினங்களில் அவர்களுடைய அணி முறைப்படி தொடங்கப்பட்டது. அதுவரை மகிழ்ச்சிக்காக விளையாடிக்

கொண்டிருந்தவர்கள், இப்போது வெல்லும் நோக்கத்துடன் பயிற்சியெடுக்க ஆரம்பித்தார்கள்.

அதேசமயம், அவர்களைப் பார்த்துச் சிலருக்குப் பொறாமையும் ஏற்பட்டது.

காரணம், அந்தப் பகுதியில் ஏற்கெனவே ஒரு கால்பந்து அணி இருந்தது. அவர்கள் பல போட்டிகளில் விளையாடி வென்று கொண்டிருந்தார்கள். இந்நிலையில் திடுதிப்பென்று இன்னோர் அணி அதே பகுதியில் உருவாவதை அவர்கள் விரும்பவில்லை.

இன்னொரு பிரச்னை, அந்த அணிமுழுக்க ஆண்கள், கால்பந்து என்பது ஆண்கள்மட்டுமே விளையாடவேண்டிய ஒன்று என்கிற எண்ணம் அவர்களுக்கிருந்தது. அதனாலும் அவர்கள் இந்தப் புதிய அணியை எதிர்த்தார்கள், 'நம்ம பேட்டையில, அதுவும் பொண்ணுங்க நமக்கு எதிரா ஓர் அணியை ஆரம்பிக்கறதா?' என்று கோபப்பட்டார்கள்.

இந்த விஷயத்தைக் கேள்விப்பட்ட ரம்யா பெரிதாக அலட்டிக் கொள்ளவில்லை, 'அவங்க வேலையை அவங்க பார்க்கட்டும், நம்ம வேலையை நாம பார்ப்போம்!' என்று தன் தோழிகளிடம் சொல்லிவிட்டாள்.

இரண்டுநாள் கழித்து, அந்த ஆண்கள் அணியிலிருந்து இவர்களுக்கு ஒரு சவால் வந்தது, 'எங்களோட ஒரு போட்டியில மோதத் தயாரா?'

ரம்யா இதுபோன்ற விரோதப்போக்கை விரும்பவில்லை. ஆனால், இந்த விஷயத்தைச் சொன்னதும் மற்ற பெண்கள் கடுப்பாகி விட்டார்கள், 'ஜெயிக்கறமா, தோக்கறமாங்கறது முக்கியமில்லை, இந்தப் போட்டிக்கு நாம கண்டிப்பாப் போகணும், இல்லாட்டி அவங்க நம்மைப் பயந்தாங்கொள்ளிங்கன்னு நினைச்சுடுவாங்க!' என்றார்கள்.

இதைப்பற்றிச் சதாசிவம்ஐயாவிடம் பேசினாள் ரம்யா. 'அவங்க என்ன நினைச்சுப் போட்டிக்குக் கூப்பிட்டிருந்தாலும் சரி, நாம நட்புரீதியா மோதுவோம், இது நல்லதுதான்' என்று ஊக்குவித்தார் அவர், 'ஒத்துக்கோங்க, உங்களுக்கு நான் இன்னும் கடுமையாப் பயிற்சி தர்றேன், நீங்கதான் ஜெயிப்பீங்க!'

ரம்யா போட்டிக்கு ஒத்துக்கொண்டாள். அன்றுமுதல் அவர்கள் தீவிரப் பயிற்சியில் ஈடுபடத்தொடங்கினார்கள்.

இன்னொருபக்கம், ஆண்கள் அணி அவர்களைத் தொடர்ந்து கேலிசெய்துகொண்டிருந்தது, 'அநாவசியமா மோதி மூக்குடையப் போறீங்க' என்று அவர்கள் காதுபடவே பேசியது.

பெண்கள் அணி அதைப்பற்றிப் பெரிதாக எண்ணவில்லை. அவர்கள் இந்தப் போட்டியில் எப்படியாவது வென்றுவிடவேண்டும் என்கிற தீவிரத்துடன் தினமும் பயிற்சியெடுத்தார்கள். பள்ளி, கல்லூரிகளுக்கு விடுமுறைநேரம் என்பதால், ஒருநாளைக்குப் பலமணிநேரம் மைதானத்திலேயே இருந்தார்கள். கொஞ்சம்கொஞ்சமாக, அவர்களுடைய விளையாட்டுத்திறன் மேம்படுவதை ரம்யா கண்கூடாகப் பார்த்தாள். 'இந்தப் போட்டியில ஜெயிக்கிறதுகூட ரெண்டாம்பட்சம்தான். இந்த முன்னேற்றம்தான் முக்கியம்!' என்று மகிழ்ச்சியுடன் சொன்னாள்.

அதே மைதானத்துக்கு அவ்வப்போது விளையாடவரும் ஆண்கள் அணி, ஆரம்பத்தில் இவர்களுடைய பயிற்சிகளை அலட்சியமாகப் பார்த்தது, அப்புறம் கூர்ந்து கவனித்துத் திகைப்படைந்தது. 'இவங்களைக் குறைச்சலா எடைபோட்டுட்டோமோ' என்றெண்ணியது.

போட்டிக்கு இரண்டுநாள் முன்பாக, ஆண்கள் அணியின் தலைவனும் துணைத்தலைவனும் ரம்யா வீட்டுக்கு வந்திருந்தார்கள். அவர்களுடைய அணியை மனமாரப் பாராட்டினார்கள், 'இதை ஒரு நட்புரீதியிலான விளையாட்டாவே நினைப்போம், சவாலெல்லாம் வேணாம்' என்றார்கள், 'ரெண்டு அணியில யார் ஜெயிச்சாலும் நம்ம பகுதிக்குப் பெருமைதான். ஒருத்தருக்கு ஒருத்தர் உதவிக்கிட்டு முன்னேறுவோம்' என்றான்.

அவர்கள் கிளம்பிச்சென்றபிறகு, ரம்யா ஆச்சர்யத்துடன் அமர்ந்திருந்தாள். 'இதே பசங்க அன்னிக்கு ஏதோ விரோதிமாதிரி பேசினாங்க, இன்னிக்கு இப்படி மாறிட்டாங்களே!' என்றாள்.

'காரணம் இருக்கு ரம்யா' என்றார் கீதா. 'நாம யாரையும் எதிரியா நினைக்காட்டியும், நம்மை எதிரியா நினைக்கறவங்களுக்குத் தங்களை நினைச்சு ஒரு பெருமை, கர்வம் இருக்கும், அதை உடைக்கறதுக்கு ஒரே வழி, நாம நம்மை நல்லாப் பாதுகாத்துக்கணும், அவங்க

மோத வரும்போது உடைஞ்சுபோயிடாம எதிர்த்து நிக்கறதுக்கு முழுவேகத்துல தயாராகணும், அதைப்பார்த்து அவங்களோட கர்வம் குறையும், நம்மை மதிக்கத் தொடங்குவாங்க. பகைத்திறம் தெரிதல்ங்கற அதிகாரத்துல திருவள்ளுவர் இதை அழகாச் சொல்றார்:

வகைஅறிந்து தற்செய்து தற்காப்ப மாயும்
பகைவர்கண் பட்ட செருக்கு.

'உண்மைதாம்மா. அவங்க சவாலைக்கேட்டு நாங்க பயந்திருந்தா, இன்னிக்கு இந்தப் பசங்க இவ்ளோ மரியாதையாப் பேசியிருக்க மாட்டாங்க!' என்றபடி எழுந்தாள் ரம்யா. 'சரி, நான் தூங்கறேன், காலையில சீக்கிரமா கால்பந்துப் பயிற்சிக்குக் கிளம்பணும்!'

34. முயலா? யானையா?

'கோடை இளைஞர்விழாவுக்கு உங்களை வரவேற்கிறோம்' என்று அறிவித்தது ஒரு பெரிய பதாகை.

அந்தப் பதாகைக்குக் கீழே, பல போட்டிகளும் அறிவிக்கப் பட்டிருந்தன. அவற்றை ஆர்வத்துடன் படித்தான் கண்ணன். 'அப்பா, நான் இந்தப் போட்டிகள்ல கலந்துகிட்டுமா?' என்றான்.

'இளைஞர் விழாவில நீ எப்படிடா கலந்துக்கமுடியும்?' என்று குறும்பாகக் கேட்டார் ரமேஷ். 'வேணும்ன்னா எங்கேயாவது சிறுவர்விழா நடக்குதான்னு பாரு!'

'அப்பா, நீங்க எப்பவுமே இப்படிதான்' என்று கண்ணன் செல்லமாகச் சிணுங்கினான், 'இங்கே பாருங்க, ஒவ்வொரு போட்டிக்கும் வயதுவரம்பு அறிவிச்சிருக்காங்க, சில போட்டிகள்ல ஏழு வயசுப் பசங்ககூட கலந்துக்கலாம். நான் எல்லாத்துக்கும் பேர் கொடுக்கப்போறேன்!'

'நல்லவிஷயம் கண்ணா, ஆனா, சும்மா பேர்கொடுத்தாமட்டும் போதாது, நல்லா கஷ்டப்பட்டுத் தயார்செய்யணும், முழுத் திறமையைக்காட்டி ஜெயிக்க முயற்சிசெய்யணும், அதுக்கப்புறமும் ஒருவேளை பரிசு வாங்காட்டி, அதை நினைச்சுக் கவலைப்படக் கூடாது, நம்ம முயற்சிதான் நமக்குப் பரிசு!'

அன்று மாலை ரமேஷ் அலுவலகத்திலிருந்து திரும்பிவந்தபோது, கண்ணன் இணையத்தில் ஏதோ தேடிக்கொண்டிருந்தான்,

இவரைப்பார்த்ததும், 'அப்பா, பாட்டுப்போட்டியில பாடறதுக்கு நல்லதா ஒரு பாட்டுச் சொல்லுங்களேன்' என்றான்.

'அடடே, பையன் முழுவேகத்துல போட்டிக்குத் தயாராகிறான்போல' என்றார் ரமேஷ். 'கொஞ்சம்பொறு, ஒரு காபியைக்குடிச்சுட்டு யோசிச்சா உனக்கு ஏத்த பாடல்கள் லட்சக்கணக்குல வந்து கொட்டும்!'

அன்றுமுழுக்கக் கண்ணன் பல்வேறு பாடல்களைப் பாடிப் பயிற்சியெடுத்துக் கொண்டிருந்தான். சாப்பாடு, தூக்கம் எதுவும் அவனுக்கு முக்கியமாகத் தோன்றவில்லை.

அடுத்தநாள், எங்கிருந்தோ பழைய நோட்டுப்புத்தகங்களைத் தேடியெடுத்து ஓவியங்களை வரைந்துபார்க்கத் தொடங்கினான் கண்ணன். ஒவ்வொரு படமாக ரமேஷ், கீதா, ரம்யாவிடம் காட்டிக் கருத்துக்கேட்டுக்கொண்டிருந்தான்.

அவனுடைய ஆர்வத்தைப்பார்த்து ரமேஷுக்கு ரொம்ப மகிழ்ச்சி. 'ஓவியப்பயிற்சி சரி, பாட்டுப்பயிற்சியை விட்டுடாதே!' என்றார் கிண்டலாக.

கண்ணனின் முகம் சட்டென்று மாறியது, சுதாரித்துக்கொண்டு, 'காலையில பாட்டு, சாயந்திரம் ஓவியம்ன்னு மாத்திமாத்திப் பயிற்சியெடுக்கறேன்ப்பா' என்றான்.

அடுத்தடுத்த நாள்களில், கண்ணனின் ஓவியங்கள் வரிசையாக வந்துகொண்டே இருந்தன. ஒவ்வோர் ஓவியமும் முந்தைய ஓவியத்தைவிடச் சிறப்பாகவே இருந்தது. ரமேஷ் அவனை மனமாரப் பாராட்டினார்.

அதேசமயம், அவன் மறுபடி பாட்டுப்போட்டிக்குப் பயிற்சியெடுக்கவே இல்லை என்பதையும் அவர் கவனித்துக்கொண்டுதானிருந்தார். ஆர்வமாகப் பாடத்தொடங்கியவன் ஏன் அதைத் திடீரென்று நிறுத்தவேண்டும் என்று அவருக்குப் புரியவில்லை.

ஒருநாள், கண்ணன் மும்முரமாக வரைந்துகொண்டிருந்த நேரம், அவனருகே அமர்ந்து, 'பாட்டுப்போட்டியில எந்தப் பாட்டைப் பாடறதுன்னு தீர்மானிச்சுட்டியா?' என்றார் ரமேஷ்.

'இ-இன்னும் இல்லைப்பா' என்றான் அவன். 'ஓவியப்போட்டிக்குதான் முழுவீச்சுல தயார்செஞ்சுகிட்டிருக்கேன்!'

'சந்தோஷம், ஆனா, உனக்கு நல்லாப் பாடவருமே, அந்தப் போட்டியை ஏன் அவ்வளவாக் கண்டுக்கமாட்டேங்கறே? நல்லாப் பயிற்சி எடுத்தால்தானே மத்தவங்களைவிடச் சிறப்பாப் பாடமுடியும்?'

'உண்மைதான்ப்பா, ஆனா, இந்த ஓவியப்போட்டியிலதான் நான் ஜெயிக்க வாய்ப்பு அதிகம்.'

'எப்படிச் சொல்றே?'

'இந்தப் போட்டிக்கு மொத்தமே அஞ்சுபசங்கதான் பேர் கொடுத்திருக்காங்களாம், அதனால, இருக்கற மூணு பரிசுல ஒண்ணு எனக்கு நிச்சயமாக் கிடைக்கும்ன்னு தோணுது' என்றான் கண்ணன். 'ஆனா, பாட்டுப்போட்டியில ஏற்கெனவே அறுபதுபேருக்குமேல கலந்துக்கப்போறாங்கன்னு சொன்னாங்க, அத்தனைபேர் மத்தியில எனக்குப் பரிசு கிடைக்கறதுக்கு வாய்ப்புக்குறைவுதானேப்பா?'

ரமேஷ் சிரித்தார், 'அதனால, பாட்டுப்போட்டியை அம்போன்னு விட்டுட்டு ஓவியத்துல மூழ்கிட்டியாக்கும்!'

'ஆமாம்ப்பா, சுலபமாக் கிடைக்கிற பரிசை ஏன் விடணும்?'

'உண்மைதான், ஆனா, அதைவிட மதிப்புமிக்க பரிசு ஒண்ணு இருக்கும்போது, இதுல கவனம் செலுத்தறதும் தப்புதான்!'

'என்னப்பா சொல்றீங்க? ரெண்டுமே ஒரே பரிசுதானே?'

'இப்போ ஒரு வேடன் காட்டுக்குள்ள வேட்டையாடப்போறான், அவன்முன்னாடி ஒரு முயல் இருக்கு, அதால வேகமா ஓடமுடியாது, ஒரே அம்புல அவன் அந்த முயலைக் கொன்னுடுவான்.'

'கொஞ்சம்தள்ளி ஒரு யானை இருக்கு, அந்த யானையை வீழ்த்தறது கஷ்டம், குறி தப்பிட்டா அந்த யானை அவனையே தாக்கவும் வாய்ப்பு இருக்கு.'

'இப்ப அந்த வேடன் என்ன செய்யணும்? சட்டுன்னு கிடைக்கிற முயல்மேல கவனம்செலுத்தணுமா? அல்லது, யானையை வேட்டையாட முயற்சி செய்யணுமா?'

கண்ணன் யோசிக்கத்தொடங்கினான். எளிதாகக்கிடைக்கும் முயலை வெல்வதைவிட, முயற்சி செய்து யானையிடம் தோற்றாலும் பெரிதுதான் என்று அவனுக்குப் புரிந்தது.

'இதுவும் திருவள்ளுவர் சொன்னதுதான் கண்ணா' என்றார் ரமேஷ். 'திருக்குறள்ல படைச்செருக்குன்னு ஓர் அதிகாரத்துல இந்தக் குறள் வருது:

கான முயல் எய்த அம்பினில், யானை
பிழைத்தவேல் ஏந்தல் இனிது.

அதாவது, ஒரு சின்ன விஷயத்தைச் சுலபமா ஜெயிக்கறதைவிட, பெரிய விஷயத்தை ஜெயிக்க முயற்சிசெய்யறதுதான் ரொம்ப முக்கியம், அப்புறம் அந்த முயற்சியில ஜெயிச்சாலும் சந்தோஷம், தோத்தாலும் சந்தோஷம்!'

35. திட்டாதீங்க பாட்டி!

வீடு முழுக்க உறவினர்கள்.

கீதாவும் ரமேஷும் சுழன்றுசுழன்று வேலைபார்த்துக் கொண்டிருந்தார்கள். வெளியூரிலிருந்து வருகிறவர்களை அழைத்துவருவது, அவர்களுக்குக் காபி, சாப்பாடு தருவதில் தொடங்கி, குளிக்க வெந்நீர், துவட்டத் துண்டு, தூங்கத் தலையணை, போர்வைவரை சகலத்தையும் பார்த்துப்பார்த்துக் கவனித்துக்கொண்டார்கள்.

ஒரேநேரத்தில் இத்தனை உறவினர்களைப்பார்த்த கண்ணன், ரம்யாவுக்கும் மிக்க மகிழ்ச்சி. பெற்றோருக்கு உதவியாக அவர்களும் வீட்டுவேலைகளைச் செய்தார்கள்.

இவர்கள் எல்லாரும், இதே ஊரில் ஒரு திருமணவிழாவில் கலந்துகொள்வதற்காக வந்தவர்கள். மண்டபத்தில் தங்கும் வசதி போதவில்லை, ஆகவே 'நம்ம வீட்ல தங்கலாமே' என்று எல்லாரையும் அழைத்துவந்துவிட்டார் கீதா.

அவர்கள் வீடு ரொம்பப் பெரியதல்ல. ஆனால், எப்படியோ சமாளித்து எல்லாரும் அதில் தங்கிக்கொண்டார்கள், ஆங்காங்கே சின்னச்சின்ன வசதிக்குறைவுகளை யாரும் பொருட்படுத்தவில்லை, மலர்க்கொடி பாட்டியைத்தவிர.

கீதாவின் தூரத்து உறவுதான் அவர். எப்போதாவதுதான்

அவர்கள் வீட்டுக்கு வருவார். ஆனால், வரும்போதெல்லாம் ரொம்ப உரிமையெடுத்துக்கொண்டு பழகுவார், எப்பப்பார் குற்றம்சொல்லிக்கொண்டே இருப்பார்.

இதோ, காலையில் கீதா எல்லாருக்கும் இட்லி செய்ய, அந்த மாவு சரியில்லை என்று அனைவர் முன்பாகவும் விமர்சித்தார். 'நாங்கல்லாம் ஒருதடவைக்கு நாலுதடவை அளவைச் சரிபார்த்துதான் மாவை அரைப்போம்' என்று அங்கலாய்த்தார்.

அதன்பிறகு, கட்டிலில் கிடந்த துணிகளைச் சரியாக மடித்துவைக்கவில்லை என்று ஒரு திட்டு, குழந்தைகள் சத்தம்போட்டு விளையாடுகிறார்கள் என்று ஒரு திட்டு, குழாயில்வரும் தண்ணீர் சுத்தமாக இல்லை என்று அரசாங்கத்தைக்கூடத் திட்டிவிட்டார்.

மகிழ்ச்சியாக ஒரு திருமணவிழாவுக்கு வந்திருக்கும்போது அவர் இப்படி நடந்துகொள்வது யாருக்கும் பிடிக்கவில்லை. ஆனாலும், அவரது வயதுக்கு மரியாதைகொடுத்துச் சும்மா இருந்தார்கள்.

இதனால், அவருக்கு மேலும் தெம்பாகிவிட்டது. கண்ணில்படுகிற எல்லாரையும் குற்றம்சொல்லிக்கொண்டிருந்தார்.

திருமண மண்டபத்திலும் இதே கதைதான். சீர்வரிசைப் பொருள்களைச் சரியாக அடுக்கிவைக்கவில்லை என்றுதொடங்கி, வாசலில் கட்டியிருக்கும் வாழைமரம் ஒழுங்காக இல்லை என்பதுவரை விதவிதமான குறைகள், திருத்தங்கள்!

இதைப்பார்த்த ரம்யாவுக்கு நூற்றி எழுபத்தைந்தாவதுமுறையாக அவர்மீது கோபம் வந்தது. மேடையருகே இருந்த கீதாவை நெருங்கி, 'அம்மா, இந்தப் பாட்டி ஏன் இப்படி எதுக்கெடுத்தாலும் குறைசொல்லிக்கிட்டே இருக்காங்க?' என்றாள்.

கீதா சிரித்து, 'அதனால என்னடி? நல்லதைத்தானே சொல்றாங்க!' என்றார்.

'அதுக்காக, இப்படியா?' என்று முகம்சுளித்தாள் ரம்யா, 'எல்லாரும் தான் அப்பப்போ தப்புசெய்யறாங்க, ஒவ்வொண்ணையும் சொல்லிக்காட்டிக்கிட்டே இருக்கணுமா? எரிச்சல்தான் வருது!'

'பெரியவங்களை அப்படியெல்லாம் பேசக்கூடாது ரம்யா' என்று கண்டித்தார் கீதா. 'நீ போய் சுந்தரேசன் மாமாவைக் கூட்டிக்கிட்டு வா' என்று விரட்டிவிட்டார்.

ஒருவழியாக, திருமணம் நிறைவடைந்தது. எல்லாரும் தங்கள் ஊருக்குக் கிளம்பிப்போனார்கள். வீடு பழைய நிலைக்குத் திரும்பியது.

சில மாதங்களுக்குப்பிறகு, கீதா வீட்டில் எல்லாரும் குற்றாலத்துக்குக் கிளம்பினார்கள்.

'அம்மா, அருவியில தண்ணி இருக்குமாப்பா?'

'இப்பதான் தண்ணி நல்லா வர ஆரம்பிச்சிருக்காம்' என்றார் கீதா. 'நேத்திக்குத் தொலைக்காட்சியில காட்டினாங்களே, பார்க்கலையா?'

'அது சரி, நாம எங்கே தங்கறோம்?'

'குத்தாலத்துல நம்ம மலர்க்கொடி பாட்டி வீடு இருக்கே, அங்கேதான் தங்கப்போறோம்!'

'அம்மா, நிஜமாவா சொல்றீங்க?' ரம்யா திகைப்போடு கேட்டாள்.

'ஆமா ரம்யா, நான் எதுக்குப் பொய் சொல்றேன்?'

'அம்மா, குத்தாலத்துல நமக்குத்தெரிஞ்சவங்க வேற யாரும் இல்லையா?' பரிதாபமான குரலில் கேட்டாள் ரம்யா, 'நாலுநாள் அவங்ககிட்ட வாங்கிக்கட்டிக்கிட்டது போதாதா? மறுபடி அது சரியில்லை, இது சரியில்லைன்னு திட்டுவாங்கணுமா?'

கீதா பெரிதாகச் சிரித்தார், 'மலர்க்கொடி பாட்டியோட திட்டுதான் உனக்குத் தெரியுது, அதுக்குப் பின்னாடி இருக்கிற அக்கறை தெரியலையே!'

'இதுல என்னம்மா அக்கறை இருக்கு?'

'அவங்க காரணமில்லாம எல்லார்மேலயும் கோவப்படமாட்டாங்க ரம்யா, ஒவ்வொரு விஷயத்தையும் எப்படிச் சரியாச் செய்யணும்ன்னு அவங்களுக்குத் தெரியும், அவங்க கண்ணுமுன்னாடி அந்த விஷயத்தை யாராவது தப்பா செஞ்சா, அதைப்பார்த்துக்கிட்டு அவங்களால சும்மா இருக்கமுடியாது. அதான் சுட்டிக்காட்டறாங்க, நம்மமேல அவங்களுக்கென்ன கோவமா? நாம சரியா நடக்கணும்ங்கற அக்கறைதானே?'

'இத்தனைவருஷமா அவங்க கத்துக்கிட்ட விஷயத்தையெல்லாம் நமக்காகச் சொல்றாங்க, அதை நினைச்சு நாம சந்தோஷப்படணும், நன்றிசொல்லணும்.'

'நம்மைச்சுத்தி எல்லாரும் பாராட்டறவங்களாவே இருந்துட்டா, நாம முன்னேறவேமாட்டோம், நம்ம தப்புகளைத் தெரிஞ்சுக்கவே மாட்டோம், அவற்றைத் திருத்தவும்மாட்டோம். அதனால, இந்தமாதிரி குறைசொல்லறவங்களைப் பக்கத்துல வெச்சுக்கணும்ங்கறாரு திருவள்ளுவர்.

திருக்குறள்ல பெரியாரைத் துணைக்கோடல்ங்கற அதிகாரத்துல இந்தக் குறள் வருது:

இடிப்பாரை இல்லா ஏமரா மன்னன்
கெடுப்பார் இலானும் கெடும்.

நீ செய்யறது தப்புன்னு தைரியமாச் சொல்றவங்க நம்மோட இருக்கணும், அப்படி யாரும் இல்லாட்டி, நாம பெரிய அரசனாவே இருந்தாலும் சரி, நமக்குப் பகைவர்களே இல்லாட்டியும் சரி, அழிவு தேடிவரும்.

அதனால, மலர்க்கொடி பாட்டிமேல கோவப்படாதே, அவங்களை நினைச்சு சந்தோஷப்படு, அவங்ககிட்ட அன்பாப் பழகு, நீ இன்னும் நிறையக் கத்துக்கலாம்!'

36. ரகசியத்தைக் கேட்காதே!

ரமேஷ் வண்டியை நிறுத்திப் பூட்டிவிட்டு வீட்டினுள் நுழையும்போதே கண்ணனும் ரம்யாவும் ஆவலோடு ஓடிவந்தார்கள், ‘அப்பா, உங்க மதிப்பெண் எவ்ளோ?’

‘ம்ஹூம், தெரியலை’ என்று சிரித்தார் ரமேஷ்.

கண்ணனின் முகம் ஏமாற்றத்தில் துவண்டுபோனது, ‘என்னப்பா, இன்னிக்கு உங்க மதிப்பெண்ணைச் சொல்லிடுவாங்கன்னு சொன்னீங்களே!’

‘நானும் அப்படிதான் நினைச்சேன். ஆனா, அலுவலகத்துலயிருந்து கிளம்பறவரைக்கும் வரலை. தயாரானதும் எனக்குத் தொலைபேசியில குறுஞ்செய்திவழியா அனுப்பிவைக்கறேன்னு என்னோட மேலாளர் சொல்லியிருக்கார்.’

‘என்ன நடக்குது இங்கே?’ என்று கேட்டபடி உள்ளேயிருந்து வந்தார் கீதா. ‘வழக்கமா நாமதானே இவங்களை மதிப்பெண் என்னன்னு கேட்போம், இன்னிக்கு இவங்க உங்களைக் கேட்டுக்கிட்டிருக்காங்க?’

‘ஆமா, யானைக்கு ஒரு காலம்வந்தா, பூனைக்கும் ஒரு காலம்வராதா என்ன?’ பெரிதாகச் சிரித்தார் ரமேஷ்.

‘புதிர்போடாம விஷயத்தைச்சொல்லுங்க!’

முகம்கழுவி உடைமாற்றியபடி கீதாவுக்கு விளக்கினார் ரமேஷ்,

‘எங்க அலுவலகத்துல ஒரு தணிக்கை நடக்குது, ஒவ்வோர் அதிகாரியையும் ஆராய்ஞ்சு, அவரோட செயல்திறனுக்கேற்ப மதிப்பெண் தரப்போறாங்க.’

‘அட, அப்படியா? உங்களுக்கு எவ்ளோ மதிப்பெண்?’

‘அதாம்மா நானும் கேட்டுக்கிட்டிருக்கேன்’ என்றான் கண்ணன். ‘இன்னிக்கு மதிப்பெண் சொல்லிடுவாங்கன்னு நேத்திக்கு அப்பா சொன்னாங்க. ஆனா இப்போ, மதிப்பெண் இன்னும் வரலைங்கறாங்க!’

‘ஆமா கண்ணா, தணிக்கைக்காக வெளிநாட்டிலேர்ந்து மூணுபேர் வந்திருக்காங்க, அவங்கதான் எல்லார்கிட்டயும் தனித்தனியாப் பேசி, அவங்களோட வேலையை நேரடியாப் பார்த்து மதிப்பெண் போட்டிருக்காங்க. இப்போ, அவங்க மூணுபேரும் கலந்துபேசி மொத்தமதிப்பெண்களைச் சொல்லுவாங்க.’

‘யார்கிட்ட சொல்லுவாங்க?’

‘எங்க மேலாளர்கிட்டதான். அவர்தானே அலுவலகத்துக்குப் பொறுப்பாளி?’ என்றார் ரமேஷ். ‘இன்னிக்கு நான் வேற ஒரு விஷயமா மேலாளரைப் பார்க்கப்போயிருந்தேன், அப்பதான் அவங்க மூணுபேரும் அவரைச் சந்திக்கறதுக்காக உள்ளே நுழைஞ்சாங்க!’

‘சரி, அப்ப நீங்க என்ன செஞ்சீங்க?’

‘நான் அப்புறமா வர்றேன்னு எழுந்துவந்துட்டேன்!’

‘போங்கப்பா, உங்களுக்கு ஒண்ணுமே தெரியலை’ என்று சிணுங்கினான் கண்ணன். ‘அவங்க மதிப்பெண்ணைப்பத்திப் பேசும்போது நீங்களும் கூட இருந்திருந்தா உங்க மதிப்பெண் எவ்ளோன்னு தெரிஞ்சுகிட்டிருக்கலாம்ல?’

ரமேஷ் பெரிதாகச் சிரித்தார். ‘ஆமா கண்ணா, சொல்லப்போனா அவங்க என்னை அங்கேயே இருக்கச்சொன்னாங்க, நீங்களும் இந்த மதிப்பெண் விவாதத்துல கலந்துக்கலாம்ன்னு கூப்பிட்டாங்க.’

‘அப்புறமென்ன? கலந்துக்கவேண்டியதுதானே!’

‘கண்ணா, கொஞ்சம் யோசிச்சுப்பாரு, நம்ம செயல்திறனை மதிப்பிடற எடத்துல நாமே உட்கார்ந்திருந்தா அது நியாயமா?’

'ஆனா...'

'தணிக்கைக்குழுவும் மேலாளரும்தான் மதிப்பெண்களைப்பற்றி விவாதிக்கணும், அப்புறமாதான் அந்த மதிப்பெண் மத்தவங்களுக்குத் தெரியணும், அதுதான் அலுவலக நடைமுறை' என்று விளக்கினார் ரமேஷ். 'அதனால, அவங்களே கூப்பிட்டாலும் நான் அங்கே உட்காரக்கூடாது, அவங்க பேசறதை ஒட்டுக்கேட்கக்கூடாது.'

'அவங்க பேசிமுடிச்சப்புறம் உங்க மேலாளர்கிட்டபோய் என்னோட மதிப்பெண்ணைமட்டும் சொல்லுங்கன்னாவது கேட்டிருக்கலாமேப்பா.'

'ம்ஹூம், அதுவும் தப்பு. அவரா மதிப்பெண்ணைச் சொல்வார், அதுவரைக்கும் பொறுமையாக் காத்திருக்கணும்' என்றார் ரமேஷ், 'நீங்களே சொல்லுங்க, உங்க வகுப்புல ஏதாச்சும் தேர்வு நடந்தா, ஆசிரியர் முடிவுகளைச் சொல்றவரைக்கும் காத்திருப்பீங்களா? அல்லது, அவர்கிட்டே போய் என்னோட மதிப்பெண்ணைச் சொல்லுங்கன்னு நச்சரிப்பீங்களா?'

'நல்லா நச்சரிப்போம்' என்று கண்ணனும் ரம்யாவும் ஒரே குரலில் சொன்னார்கள், 'அவர் மதிப்பெண்ணைச் சொல்றவரைக்கும் விடமாட்டோம்!'

'அடடா, இந்த விஷயம் திருவள்ளுவருக்குத் தெரிஞ்சா உங்க ரெண்டுபேருக்கும் செம திட்டு விழும்.'

'அப்படியா? இதைப்பத்தியும் திருவள்ளுவர் பேசியிருக்காரா?'

'அவர் பேசாத விஷயம் எது? மன்னரைச் சேர்ந்தொழுகல்ங்கற அதிகாரத்துல வர்ற குறள் அது:

> 'எப்பொருளும் ஓரார், தொடரார், மற்று அப்பொருளை
> விட்டக்கால் கேட்க, மறை.

'அதாவது, மன்னர் மத்தவங்களோட ஒரு ரகசியமான விஷயத்தைப் பேசிக்கிட்டிருக்கும்போது, அதை ஒட்டுக்கேட்கக்கூடாது, என்ன பேசினீங்கன்னு அவரை நச்சரிக்கக்கூடாது, அவராச் சொன்னாதான் கேட்டுக்கணும்.

'இப்ப நம்ம ஊர்ல மன்னராட்சி இல்லை, அதுக்குப்பதிலா, உங்களுக்கு ஆசிரியர், எனக்கு மேலாளர். எதுவானாலும்

அவங்களாச் சொல்றவரைக்கும் காத்திருக்கணும், அதுதான் முறை' என்று ரமேஷ் சொல்லிக்கொண்டிருக்கும்போதே அவரது செல்பேசி ஒலியெழுப்பியது. சட்டைப்பையிலிருந்து அதை எடுத்துத் திறந்தார். மறுகணம் அவரது முகம் மலர்ந்தது, *'மேலாளர்கிட்டேயிருந்து மதிப்பெண் வந்துடுச்சு!'* என்றார் புன்னகையோடு.

'அப்படியா? சீக்கிரம் சொல்லுங்க, உங்க மதிப்பெண் எவ்ளோ?'

'நூத்துக்கு நூறு!'

37. கோள் சொல்லாமை நன்று!

'வேகமா வாங்க' என்றார் ரமேஷ். 'ரொம்பத் தாமதமாப் போனோம்ன்னா எல்லா இருக்கைகளும் நிரம்பிடும். அப்புறம் நாடக வசனம் எதுவும் சரியாக் காதுல விழாது, அரைகுறையா ரசிக்கவேண்டியதுதான்.'

அவர்கள் எல்லாரும் விறுவிறுவென்று அரங்கத்தின் படிகளில் ஏறினார்கள். வாயிலில் இருந்த காவல்காரரிடம் நுழைவுச் சீட்டுகளைக் கொடுத்துவிட்டு உள்ளே நுழைந்து நல்ல இடமாகப் பார்த்து அமர்ந்தார்கள்.

ரமேஷ் கைக்கடிகாரத்தைப் பார்த்தார், நாடகம் தொடங்குவதற்கு இன்னும் சிறிதுநேரமிருந்தது. குழந்தைகள் அதைப்பற்றித் தங்களுக்குள் ஆவலோடு பேசிக்கொண்டிருந்தார்கள்.

'முறுக்கு சாப்பிடறீங்களா?' என்றபடி பையைத் திறந்தார் மனோகரன்.

'இப்ப வேணாம்' என்றார் ரமேஷ். ஆகவே, மனோகரன்மட்டும் ஒரு முறுக்கை எடுத்துக் கடக்முடக்கென்று கடிக்க ஆரம்பித்தார். அவர்களைசுற்றிலும் அரங்கம் வேகவேகமாக நிரம்பிக் கொண்டிருந்தது.

மீதமிருந்த முறுக்குப்பொட்டலத்தைப் பைக்குள் போட்டுமூடிய மனோகரன், 'சமீபத்துல நம்ம சண்முகவேலைச் சந்திச்சீங்களா?' என்றார்.

‘இல்லையே’ என்றார் ரமேஷ். ‘அவர் நம்ம அலுவலகத்திலேர்ந்து மாறினப்புறம் அவரைச் சந்திக்கிற வாய்ப்பே ஏற்படலை. நல்லா இருக்கார்தானே?’

‘ரொம்ப நல்லாயிருக்கார்’ என்று சிரித்தார் மனோகரன். ‘சமீபத்துலதான் வீடு கட்டியிருக்கார், புதுமனைப் புகுவிழாவுக்குப் போய்ட்டுவந்தேன்.’

‘எனக்குக்கூட அழைப்பிதழ் வந்திருந்தது. ஆனா, அன்னிக்கு நான் ஊர்ல இல்லை, அதனால போகமுடியலை!’

‘ரொம்பப் பிரமாதமான வீடு. முக்கால்கோடி பெறும்னு நினைக்கறேன்.’

‘ஓஹோ!’ என்று மேடையைப் பார்த்தார் ரமேஷ்.

’என்ன, வெறுமனே ஓஹோன்னு நிறுத்திட்டீங்க?’ ஏமாற்றத்துடன் கேட்டார் மனோகரன், ‘அவனும் நம்மைமாதிரிதானே? திடீர்ன்னு முக்கால்கோடியில வீடுகட்டியிருக்கான்னா எப்படின்னு யோசிக்கவேணாமா?’

‘அதைப்பத்தி நமக்கு என்ன மனோகரன், அவனோட காசு, அவன் அனுபவிக்கறான், நம்ம சிநேகிதன் நல்லாயிருக்கான், சந்தோஷப்படுவோம்.’

‘அந்தக் காசு எப்படி வந்தது? அதானே விஷயம்’ என்று குரலைத் தாழ்த்தினார் மனோகரன், ‘இப்ப சண்முகவேல் வேலைபார்க்கிற அலுவலகத்துல அவனுக்கு ஒரு முக்கியமான பொறுப்பைக் கொடுத்திருக்காங்களாம், ஒப்பந்ததாரர்களோட வேலையைக் கவனிச்சு மதிப்பிடற பதவி, ஒருவேளை இவன் குறைச்சலா மதிப்பெண் போட்டா, அவங்களோட ஒப்பந்தம் காலியாகிடும்!’

‘அப்படியா?’

‘ஆமா, அதனால, ஒப்பந்ததாரர்கள் இவனை நல்லாக் கவனிச்சுக்கறாங்களாம், காசுக்குக் காசு, பரிசுக்குப் பரிசுன்னு அள்ளி வீசறாங்களாம். அதான் பய லட்சக்கணக்குல செலவழிச்சு வீடு கட்டறான்!’

இதைக் கேட்டபிறகும், ரமேஷ் எதுவும் பேசவில்லை. மனோகரனுக்கு ஏமாற்றம். ‘என்னங்க, இவ்ளோ பெரிய விஷயத்தைச் சொல்லியிருக்கேன், உங்ககிட்ட எந்த ஆச்சர்யத்தையும் காணோமே.’

மனோகரனைத் திரும்பிப்பார்த்தார் ரமேஷ். மென்மையான, அதேசமயம் அழுத்தமான குரலில் சொன்னார், 'மனோகரன், இப்ப நாம குழந்தைகளோட நாடகம் பார்க்க வந்திருக்கோம், இந்த நேரத்துல இன்னொருத்தரைப் பத்தின பேச்சு நமக்குத் தேவையில்லை.'

'ஆனா...'

'ஒருவேளை, சண்முகவேலைப்பத்தி நீங்க சொன்னது உண்மையா இருக்கலாம், பொய்யாவும் இருக்கலாம், அவன் பக்கத்துல இல்லாதபோது இதை நாம பேசறது நியாயமில்லை, அது நமக்கு அவசியமும் இல்லை' என்றார் ரமேஷ். 'தயவுசெஞ்சு என்னைத் தப்பா நினைச்சுக்காதீங்க, நாடகத்தைக் கவனிப்போம்.'

மனோகரனின் முகம் சுருங்கிவிட்டது. இன்னொருதிசையைப் பார்த்துக்கொண்டு திரும்பி அமர்ந்தார்.

ரமேஷ் அதைப் பொருட்படுத்தவில்லை. மேடை அலங்காரங்களைக் கவனிக்கத் தொடங்கினார்.

சிறிதுநேரத்தில், நாடகம் தொடங்கியது. நல்ல நகைச்சுவையோடு சமூகத்துக்குத் தேவையான கருத்துகளைக் கலந்துதந்த நாடகம். மனோகரன்கூட தன்னுடைய கோபத்தை மறந்து நாடகத்தை ரசிக்கத்தொடங்கியிருந்தார்.

நாடகம் நிறைவடைந்தபின், எல்லாரும் ஒன்றாக உணவகத்துக்குச் சென்றார்கள். குழந்தைகள் கைகழுவச் சென்றிருந்தபோது, மனோகரனிடம் தனியே பேசினார் ரமேஷ். 'தயவுசெஞ்சு என்னைத் தப்பா நினைச்சுக்காதீங்க மனோகரன், ஒருத்தர் இல்லாதபோது அவரைப்பத்திப் புறம்பேசறது சரியில்லை, பக்கத்துல குழந்தைங்கவேற இருக்காங்க, இந்தப் பேச்சு அவங்க காதுல விழுந்தா என்ன ஆகும்! அதனாலதான் கொஞ்சம் கடுமையாப் பேசிட்டேன். உங்க மனம் புண்பட்டிருந்தா அதுக்காக மன்னிப்பு கேட்டுக்கறேன்.'

'பரவாயில்லை ரமேஷ்' என்றார் மனோகரன். 'நீங்க சொன்னது நியாயம்தானே!'

'இது நான் சொன்னதில்லை, திருவள்ளுவர் சொன்னது' என்றார் ரமேஷ். 'இதுக்காகப் புறங்கூறாமைன்னு அவர் ஓர் அதிகாரமே

எழுதியிருக்கார். குறிப்பா, நாம நல்லதைப் பேசாட்டியும் பரவாயில்லை, கெட்டதைச் செஞ்சாலும்கூடப் பரவாயில்லை, இன்னொருத்தரைப் பத்திப் புறஞ்சொல்லாம இருந்தாலே போதும்ங்கறார்!

அறம்கூறான், அல்லசெயினும் ஒருவன்
புறம்கூறான் என்றல் இனிது.'

'புரியுதுங்க' என்று சிரித்தார் மனோகரன். 'நான் சண்முகவேலைப் பத்தி அந்தமாதிரி பேசினது தப்புதான். அதுவும் அவன் இல்லாதபோது பேசினது இன்னும் தப்பு. இனிமே இதுல கவனமா இருப்பேன்!'

38. யார் மனிதன்?

'பச்சைப்பசேல்ன்னு எந்தப் பக்கம் பார்த்தாலும் அழகா இருக்கு!' என்றான் கண்ணன்.

'ஆமாடா' என்று சிரித்த ரம்யா தூரத்திலிருந்த ஒரு நீரோடையைச் சுட்டிக்காட்டினாள், 'இப்போ அங்கே போய்க் குளிச்சா எப்படியிருக்கும்!'

'கையை அப்படி வெளியே நீட்டாதே ரம்யா' என்று எச்சரித்தார் கீதா, 'கார் வேகமாப் போய்க்கிட்டிருக்கும்போது இந்தமாதிரி கையை நீட்டினா, எதிர்ல வர்ற வண்டியில அடிபட்டுட வாய்ப்பிருக்கு.'

'சரிம்மா' என்று கையை உள்ளே இழுத்துக்கொண்டாள் ரம்யா. 'மழைக்காலம்ன்னாலே அழகுதான்!'

'ஒவ்வொரு பருவத்துக்கும் தனித்தனி அழகு உண்டு. அதென்னவோ நமக்கு மழைக்காலம், வசந்தகாலம்ன்னா கூடுதல் பிரியம்' என்றார் ரமேஷ்.

'அது சரி, இந்த மழையில இறங்கி நடக்கச்சொல்லுங்க, அஞ்சு நிமிஷத்துல உடம்பெல்லாம் நசநசன்னு ஆகிடும், மழையைக் கன்னாபின்னான்னு திட்டுவாங்க!'

'சேச்சே, மழையில நடக்கறதுன்னா எங்களுக்கு ரொம்பப் பிடிக்கும்' என்றான் கண்ணன், 'அப்பா, கொஞ்சம் காரை நிறுத்தச் சொல்லுங்களேன், அஞ்சு நிமிஷம் சும்மா வெளியே நடப்போம்!'

'ஏய், தூறல்ல நடக்கலாம், பெருமழையில நடக்கக்கூடாது, ஜலதோஷம் பிடிக்கும்!' என்றார் ரமேஷ், 'கொஞ்சம் பொறுங்க, இன்னும் பத்து நிமிஷத்துல ஓர் உணவகம் வரும், அங்கே இறங்கி எல்லாரும் காஃபி சாப்பிடலாம்!'

அதன்பிறகு, யாரும் அதிகம் பேசவில்லை. மழையை ரசித்தபடி வந்தார்கள்.

சிறிது நேரத்தில், சாலையோரமாக அந்த உணவகம் தென்பட்டது. ஓட்டுநர் வண்டியை ஓரங்கட்டி நிறுத்தினார். எல்லாரும் அவசரமாக இறங்கி உணவகத்தை நோக்கி ஓடினார்கள்.

'வாங்க, வாங்க' என்று முகம் மலர வரவேற்றார் அந்த உணவகத்தின் உரிமையாளர், 'என்ன சாப்பிடறீங்க?'

'எங்களுக்கு ரெண்டு காஃபி, ரெண்டு பால்' என்றார் கீதா.

'அம்மா, நடேசன் மாமாவுக்கு?'

'அடடா, அவரை மறந்துட்டேனே!' என்று சிரித்தார் கீதா, 'எங்க ஓட்டுநர் இப்ப வந்துடுவாரு, அவருக்கும் ஒரு காஃபி.'

கீதா சொல்லிக்கொண்டிருக்கும்போதே ஓட்டுநர் நடேசன் உள்ளே நுழைந்தார். சற்றுத்தொலைவிலிருந்த ஒரு மேசையில் அமர்ந்தார்.

'அட, இங்கே வந்து உட்காருங்க, இடம் இருக்கு' என்று அழைத்தார் ரமேஷ். ஆனால், நடேசன் கூச்சத்துடன் மறுத்துவிட்டார்.

சிறிதுநேரத்தில் காஃபியும் பாலும் வந்தன. எல்லாரும் கண்ணாடி வழியே தெரிந்த மழையை ரசித்தபடி சூடான பானங்களை அனுபவித்துக் குடித்தார்கள்.

அப்போது, அருகிலிருந்த காட்டுப் பகுதிக்குள்ளிருந்து ஒருவர் வந்தார். மாட்டை மேய்ச்சலுக்கு அங்கே அழைத்துச் சென்றிருப்பார் போல, மழை வந்துவிட்டதால் அதை இழுத்தபடி விறுவிறுவென்று தன் வீட்டை நோக்கி நடந்தார்.

அவர் கையில் குடை ஏதும் இல்லை. ஆகவே, நன்றாக நனைந்திருந்தார்.

அந்த எரிச்சல்தானோ என்னவோ, ஒரு குச்சியால் அந்த மாட்டை நன்றாக அடித்தபடி வந்தார் அவர். அதுவும் பரிதாபமாக அடி வாங்கிக்கொண்டிருந்தது.

‘அம்மா, அவர் ஏன் அந்த மாட்டை அப்படி அடிக்கறார்?’

‘தெரியலையே’ என்றார் கீதா. ‘நாம போய் விசாரிப்போமா?’

‘என் மாடு, நான் அடிப்பேன்னு சொல்லிட்டா என்ன செய்வீங்க?’ என்றான் கண்ணன்.

‘அப்படியெல்லாம் சொல்லமுடியாது, என்னதான் அது அவரோட மாடா இருந்தாலும், மிருகங்களைத் துன்புறுத்தறது சட்டப்படி குற்றம். யார் வேணும்ன்னாலும் விசாரிக்கலாம்!’

கீதா எழுந்துநின்ற அதே நேரத்தில், கீழேயிருந்த ஒரு மரக்கட்டை அந்த மனிதரைத் தடுக்கிவிட்டது, அவர் தடாலென்று விழுந்தார்.

‘அடடா’ என்று அவசரமாக எழுந்தார் ரமேஷ். விழுந்தவரைத் தூக்கிவிடுவதற்காக அவரும் நடேசனும் மழையில் ஓடினார்கள்.

அவர்கள் அங்கே சென்று அவருக்கு உதவுவதற்குள், அந்த மாடு அவரருகே ஓடிவந்திருந்தது, அவரை வாஞ்சையோடு நக்கிக் கொடுத்தது.

கண்ணனும் ரம்யாவும் அதைப்பார்த்து நெகிழ்ந்துபோனார்கள், ‘இதுவரைக்கும் கொஞ்சம்கூட இரக்கமில்லாம அவர் அந்த மாட்டைப்போட்டு நல்லா அடிச்சிருக்கார், ஆனா, அவர் விழுந்ததும் அந்த மாடு வந்து அன்பா நக்கிக்கொடுக்குது பாரும்மா!’ என்றாள் ரம்யா.

‘ஆமா ரம்யா, சரியான முட்டாள் மாடு’ என்றான் கண்ணன், ‘அந்தாள் விழுந்தவுடனே அவரை நல்லா எட்டி உதைச்சிருக்கணும்!’ என்று காற்றில் உதைத்துக்காட்டினான்.

‘சேச்சே, அப்படிப் பேசக்கூடாது கண்ணா, அப்புறம் அவருக்கும் நமக்கும் என்ன வித்தியாசம்?’ என்று கண்டித்தார் கீதா, ‘உண்மையிலே மிருகங்கள் ரொம்பப் பாசமானவை, மனுஷங்க என்னதான் துன்புறுத்தினாலும் சரி, அதுங்க நம்மமேல அன்புதான் வைக்கும்!’

‘ஆனா, நாம என்ன பண்றோம்? யாராவது வன்முறையா நடந்துகிட்டா அவங்களை மிருகம்ன்னு சொல்றோம், அது எவ்ளோ பெரிய தப்பு!’

‘வெறுமனே உடல்தோற்றத்தைமட்டும் வெச்சு ஒருத்தரை மனுஷர்ன்னு சொல்ல முடியாதுங்கறார் வள்ளுவர். நல்ல பண்பு

இருக்கணுமாம், அது இருந்தால்தான் ஒருத்தர் மனுஷனாக முடியுமாம். திருக்குறள்ல பண்புடைமைங்கற அதிகாரத்துல வர்ற குறள் இது:

> **'உறுப்புஒத்தல் மக்கள்ஒப்பு அன்றால், வெறுத்தக்க**
> **பண்புஒத்தல் ஒப்பதாம் ஒப்பு.'**

'அப்படீன்னா, இவ்ளோநேரமா இங்கே நடந்ததைவெச்சுப் பார்க்கும்போது, பண்புள்ள அந்த மாடுதான் மனுஷன், அதைப் போட்டு அடிச்ச இந்தாளுதான் மிருகம்.'

'அப்படிச் சொல்லாதே கண்ணா, அந்த அன்பான மாடு அவரையும் மனுஷனா மாத்திடும்னு நம்புவோம்!'

39. அறிவின் இலக்கணம்

கண்ணன் குழப்பத்தோடு ஒரு புத்தகத்தைப் பார்த்துக் கொண்டிருந்தான்.

'என்னாச்சு கண்ணா?' என்று கேட்டபடி உள்ளேயிருந்து வந்தார் ரமேஷ். 'கொஞ்சநேரமா உன்கிட்டேயிருந்து எந்தச் சத்தத்தையும் காணோமே!'

'வீட்டுப்பாடம் செஞ்சுகிட்டிருக்கேன்ப்பா' என்றான் கண்ணன். 'ஆனா, அதுல ஒரு சின்னப் பிரச்னை?'

'என்னது?'

'போன வகுப்புல, எங்க அறிவியல் ஆசிரியை உலோகங்கள், அலோகங்களைப்பத்திச் சொல்லிக்கொடுத்தாங்க. அதுக்கப்புறம், இந்தப் புத்தகத்தைக் கொடுத்துப் படிக்கச்சொன்னாங்க.'

'எதுக்காக?'

'அவங்க சொல்லிக்கொடுத்ததெல்லாம் ரொம்ப அடிப்படையான விஷயங்களாம். இந்தப் புத்தகத்துல இன்னும் ஆழமான பாடங்களெல்லாம் இருக்குமாம்.'

'நல்ல விஷயம்தானே?' என்றார் ரமேஷ். 'இதுல என்ன பிரச்னை?'

'எனக்கு இந்தப் புத்தகம் சுத்தமாப் புரியலைப்பா!' பரிதாபமாக விழித்தான் கண்ணன். 'ஆசிரியை வகுப்புல நடத்தின

பாடமெல்லாம் நல்லாப் புரிஞ்சது. ஆனா, இந்தப் புத்தகத்தைப் படிச்சா ரொம்பக் குழப்பமா இருக்கு!'

'அப்படியா? அந்தப் புத்தகத்தைக் கொடு, பார்ப்போம்' என்று அதைக் கையிலெடுத்தார் ரமேஷ். புத்தகத்தின் தலைப்பையும் ஆசிரியர் பெயரையும் படித்தார், 'யாரோ பெரிய பேராசிரியர் எழுதியிருக்கார்போல!'

'ஆமாம்ப்பா, இந்தப் பாடத்துல இவர் ஒரு மிகப்பெரிய நிபுணர்ன்னு எங்க ஆசிரியை சொன்னாங்க.'

ரமேஷ் புத்தகத்தைத்திறந்து சில வரிகள் படித்தார். அதன்பிறகு, 'நீ சொல்றது உண்மைதான்!' என்று சிரித்தார், 'கொஞ்சம் கடினமான மொழிதான்!'

'இப்ப என்ன செய்யறதுப்பா? என்னால இந்தப் புத்தகத்தைப் படிக்கமுடியலைன்னு நாளைக்கு ஆசிரியைகிட்ட சொல்லிடட்டுமா?'

ரமேஷ் வாய்விட்டுச் சிரித்தார். 'என்ன கண்ணா, இதுக்கெல்லாம் பயந்தா எப்படி? இன்னும் நீ வாசிக்கவேண்டிய புத்தகங்கள் எவ்வளவோ இருக்கு!'

'அதெல்லாமே இப்படிதான் கஷ்டமா இருக்குமாப்பா?' கண்ணன் திகைப்போடு கேட்டான்.

'கண்ணா, புத்தகங்கள் மட்டுமில்லை, பெரும்பாலான நிபுணர்களோட பேச்சுகூட இப்படிதான் இருக்கும், நமக்குச் சட்டுன்னு புரிஞ்சுடாது!'

'ஆனா அதுக்காக, அவங்களுக்கு விஷயம் தெரியாதுன்னு நினைச்சுடக்கூடாது. இவங்களைப் படிச்சுப் பிரயோஜனமில்லைன்னு விலகிடக்கூடாது. இன்னும் அதிகம் உழைக்கணும், அவங்க சொல்லவர்ற நுணுக்கமான விஷயங்களைக் கஷ்டப்பட்டுப் புரிஞ்சுக்கணும்.'

'காரணம், நிபுணர்ங்களோட சிந்தனை வேறவிதமா இருக்கும், அவங்களால நம்மைப்போல சிந்திக்கவேமுடியாது, நாமதான் அவங்க உயரத்துக்குப்போய் விஷயங்களைப் புரிஞ்சுக்கணும், அப்ப நம்மோட அறிவும் வளரும்.'

'சரி, நீ கொஞ்சநேரம் வேற ஏதாவது படிச்சுக்கிட்டிரு, நான் இந்தப் புத்தகத்தைப் படிச்சுட்டு உனக்குச் சொல்லித்தர்றேன்.'

சட்டென்று கண்ணனின் முகம் மலர்ந்தது. 'ரொம்ப நன்றிப்பா!' என்றான்.

ரமேஷ் குறிப்பேட்டையும் பேனாவையும் எடுத்துக்கொண்டார். அந்தப் புத்தகத்தை ஊன்றிப் படிக்க ஆரம்பித்தார்.

அரைமணி நேரம் கழித்து, கண்ணனை அழைத்தார் ரமேஷ். தன்னுடைய குறிப்பேட்டைப் பார்த்தபடி அந்தப் புத்தகத்திலுள்ள கருத்துகளை விளக்கத்தொடங்கினார்.

கண்ணன் அசந்துபோனான், 'அப்பா, நிஜமாவே இதையெல்லாம் இந்தப்புத்தகத்துலதான் படிச்சீங்களா?' என்றான்.

'ஆமாடா' என்று சிரித்தார் ரமேஷ், 'பின்னே, நானே இந்தக் கருத்துகளையெல்லாம் உருவாக்கவாமுடியும்?'

'ஆனா, நான் அந்தப் புத்தகத்தைப் படிச்சப்போ இதெல்லாம் எனக்குப் புரியலையே!'

'அப்படீன்னா, நீ மனத்தை ஊன்றிச்செலுத்திப் படிக்கலைன்னு அர்த்தம்!' என்றார் ரமேஷ். 'அந்த நிபுணரோட மொழி கடினமா இருக்குன்னதும் நீ அதுல நம்பிக்கையிழந்துட்டே. காரணம், வகுப்புல ஆசிரியர்கள் எல்லாத்தையும் எளிமையாச் சொல்லித்தந்ததால, உன் மனம் அதுக்குப் பழகிடுச்சு, அதுக்குமேல உழைக்க நீ தயாரா இல்லை!'

'ஆனா, இப்ப நீங்க சொல்லித்தந்தது எனக்குப் புரிஞ்சுச்சே!'

'ஆமா. காரணம், உனக்குப்பதிலா நான் அந்த உழைப்பைக் கொடுத்தேன், அந்த நிபுணரோட கடினமான மொழியைத் தாண்டி அவர் என்ன சொல்றார்ன்னு தெரிஞ்சுகிட்டேன், அதை நீ எளிமையாப் புரிஞ்சுக்கறமாதிரி சொன்னேன். இதைத்தானே உங்க வகுப்பாசிரியர்கள் செய்யறாங்க?'

'உண்மைதான்ப்பா!' என்றான் கண்ணன்.

'இதோ பாரு கண்ணா, இந்த உலகத்துல நாம கத்துக்கவேண்டிய விஷயங்கள் எவ்வளவோ இருக்கு, எல்லாத்தையும் யாராவது நமக்கு எளிமையாச் சொல்லித்தருவாங்கன்னு எதிர்பார்க்கமுடியாது. குறிப்பா, நிபுணர்கள்கிட்டே பழகும்போது, அவங்க ஒரு விஷயம் சொன்னா அதுல நாம ஆயிரம் விஷயங்களைத் தெரிஞ்சுக்கலாம், ஆனா, அதுக்கு நாம உழைக்கணும்!

'அதுக்கப்புறம், அந்த விஷயத்தை நாம மத்தவங்களுக்குச் சொல்லும்போது, தெளிவா, அவங்களுக்குப் புரியறமாதிரி சொல்லணும், அதுக்கும் நாம உழைக்கணும். இந்த ரெண்டு உழைப்பும் சேர்ந்தால்தான் அறிவுன்னு திருவள்ளுவர் சொல்றார்.

அறிவுடைமைங்கற அதிகாரத்துல வர்ற குறள் இது:

> **எண்பொருளவாகச் செலச் சொல்லித் தான் பிறர்வாய்**
> **நுண்பொருள் காண்பது அறிவு.**

அதாவது, கடினமான விஷயத்தையும் நுட்பமாப் புரிஞ்சுக்கணும், அதைப் பிறர் எளிமையாப் புரிஞ்சுக்கறமாதிரி சொல்லணும். அதுதான் உண்மையான அறிவு!'

40. நல்ல நட்புகள்!

‘இன்னும் எவ்ளோ நேரமாகும்மா?’ ரம்யா நான்காவதுமுறையாகக் கேட்டாள்.

‘அஞ்சே நிமிஷம்’ என்று சிரித்தார் கீதா.

‘அரைமணிநேரமா இதையேதான் சொல்லிக்கிட்டிருக்கீங்க!’ என்று சிணுங்கினாள் ரம்யா. ‘எனக்கு எரிச்சலா வருது!’

‘உஷ்!’ என்று அவளை அதட்டிய கீதா குரலைத் தணித்து, ‘கொஞ்சம் பொறுமையா இருக்கணும் ரம்யா’ என்றார். ‘நாம பார்க்கவந்திருக்கிறது ஒரு பெரிய தொழிலதிபரை, அவருக்கு ஆயிரம் வேலை இருக்கும், அதுக்குநடுவுல நம்மைச் சந்திக்க நேரம் தந்திருக்காரேன்னு நாம சந்தோஷப்படணும்.’

‘சந்திச்சா சந்தோஷப்படலாம், சும்மா உட்காரவெச்சா என்ன அர்த்தம்?’

‘அவருக்கு ஏதாவது ஒரு முக்கியமான வேலை வந்திருக்கும் ரம்யா’ என்றார் கீதா, ‘இந்த ஊர்லயே மிகப்பெரிய பணக்காரர் அவர்தான், அஞ்சாறு தொழில், கோடிக்கணக்குல சொத்து, அதை வெச்சு ஏழைங்களுக்கு நிறைய நல்லது பண்றார்ங்கறதால, மக்களுக்கு அவர்மேல நல்ல மரியாதை, மந்திரிங்களும் அரசு அதிகாரிங்களும் அவரைப் பார்க்க வரிசையில நிக்கறாங்க. இப்படியொரு பெரும்புள்ளியைச் சந்திக்க வந்திருக்கோம், பொறுமையாக் காத்திருந்துதான் பார்க்கணும்!’

கீதா சொல்லிக்கொண்டிருக்கும்போதே அந்த அறையின் மூலையிலிருந்த கதவு திறந்தது. கண்ணாடி அணிந்த ஓர் இளைஞர் புன்னகையோடு உள்ளே வந்தார். ‘வணக்கம்! என் பேரு கோபாலன், ஐயாவோட தனி உதவியாளர்’ என்று கை கூப்பினார். ‘உட்காருங்க. காபி சாப்பிடறீங்களா?’

‘அதெல்லாம் வேண்டாம்ங்க, வரும்போதே சாப்டுட்டுதான் வந்தோம்’ என்றார் கீதா.

‘நீங்க என்ன விஷயமா ஐயாவைப் பார்க்க வந்திருக்கீங்கன்னு தெரிஞ்சுக்கலாமா?’

‘இவ என்னோட பொண்ணு’ என்று ரம்யாவைச் சுட்டிக்காட்டினார் கீதா, ‘இவளோட ஓவியப்பள்ளிக்கு அடுத்தமாசம் ஆண்டுவிழா வருது, அந்த விழாவிலே கலந்துகிட்டுப் பிள்ளைங்களை வாழ்த்தணும்ன்னு ஐயாவை அழைக்க வந்தோம்.’

’ரொம்ப மகிழ்ச்சிங்க’ என்றார் அந்த இளைஞர், ‘ஐயா உங்களைச் சந்திக்கத் தயாரா இருந்தார், அந்த நேரம்பார்த்து ஒரு முக்கியமான விருந்தினர் வந்துட்டார். அவரோட பேசிக்கிட்டிருக்கார்.’

‘பரவாயில்லைங்க, நாங்க காத்திருக்கோம்’ என்று கீதா சொல்வதற்குள், கதவு மீண்டும் திறந்தது. முதிய தோற்றத்துடன் ஒருவர் வந்தார்.

கோபாலன் சட்டென்று எழுந்துகொண்டார், அந்த முதியவரை நோக்கிக் கிட்டத்தட்ட ஓடினார், ‘ஐயா, கிளம்பிட்டீங்களா?’

‘ஆமாம் தம்பி’ என்றார் அந்த முதியவர், ‘உங்க ஐயா சமூகத்துல ரொம்பப் பெரிய ஆள், அவரோட நேரத்தை நான் அதிகம் எடுத்துக்கக் கூடாதில்லையா?’ என்று சிரித்தவர் கோபாலனுக்குக் கையசைத்துவிட்டுப் புறப்பட்டார்.

அதன்பிறகு, கோபாலன் அவர்களை அந்தத் தொழிலதிபரிடம் அழைத்துச்சென்றார். அவரிடம் பத்திரிகை கொடுத்து விழாவுக்கு அழைத்துவிட்டு வெளியே வந்தார்கள்.

வீடு திரும்பும் வழியில், ‘அம்மா, எனக்கொரு சந்தேகம்’ என்றாள் ரம்யா.

‘என்னது?’

'இவர் ஏதோ பெரிய தொழிலதிபர், ஊர்ல இருக்கிற பணக்காரங்க, செல்வாக்கான ஆசாமிங்கல்லாம் இவரைப் பார்க்க வரிசையில நிப்பாங்கன்னு நீங்க சொன்னீங்க, ஆனா, நாம அங்கே காத்திருந்தபோது இவரோட பேசிகிட்டிருந்தாரே ஒரு பெரியவர், அவரைப்பார்த்தா அப்படித் தெரியலையே, ரொம்பச் சாதாரணமா, நம்மை மாதிரிதானே இருக்கார்?'

'சரி, அதனால என்ன?'

'என்னம்மா இப்படிச் சொல்றீங்க? பணக்காரங்க, பிரபலமானவங்க அவங்களைப்போலவே பெரிய செல்வாக்குள்ள ஆளுங்களோடதான் பழகுவாங்கன்னு நினைச்சேன்! ஆனா இவர் என்னடான்னா யாரோ ஒரு சாதாரணமான ஆளுகிட்ட அரைமணிநேரம் பேசிக்கிட்டிருக்கார்.'

'அதெல்லாம் அவங்கவங்க மனசுலதான் இருக்கு ரம்யா' என்றார் கீதா, 'அந்தப் பெரியவர் நம்மைப்போலச் சாதாரணப் பொதுஜனமா இருக்கலாம். ஆனா, இந்தப் பெரிய மனுஷர் அவரோட இவ்ளோ நேரம் பேசறார்ன்னா, அதுக்கு ஒரு காரணம் இருக்கும்.'

'அதான், என்ன காரணம்?'

'ஒண்ணுல்ல, ரெண்டு காரணம் சொல்றார் திருவள்ளுவர்' என்றார் கீதா. 'செய்ந்நன்றி அறிதல்ங்கற அதிகாரத்துல இந்தக் குறள் வருது:'

> **மறவற்க மாசுஅற்றார் கேண்மை, துறவற்க**
> **துன்பத்துள் துப்புஆயார் நட்பு.**

'நமக்குப் பல நண்பர்கள் இருக்கலாம், புது நண்பர்கள் வரலாம், பழைய நண்பர்கள் விலகிப்போகலாம், ஆனா, அதுல ரெண்டுவகை நண்பர்களைமட்டும் நாம எப்பவும் விடக்கூடாது.

ஒண்ணு, குற்றமில்லாத நல்லவங்க, இன்னொண்ணு, நாம கஷ்டத்துல இருந்தபோது நமக்கு உதவி செஞ்சவங்க.

'யார் கண்டது? இந்தத் தொழிலதிபர் சின்னவயசுல முதன் முதலாக் கடைபோட்டப்போ, இந்தப் பெரியவர் அவருக்கு உதவி செஞ்சிருக்கலாம், அந்த நன்றியை அவர் இன்னும் மறக்காம இவரோட பழகலாம்!

‘அல்லது, இந்தப் பெரியவர் ரொம்ப நல்லவரா இருக்கலாம், அதனால, அவரோட நட்பை இந்தப் பணக்காரர் பெரிய விஷயமா நினைக்கலாம்.’

‘இந்த ரெண்டுல அந்தப் பெரியவர் எந்த வகைங்கறது நமக்கு முக்கியமில்லை, நம்ம வாழ்க்கையிலும் இதுபோல உதவி செய்யறவங்க, நல்லவங்க அப்பப்போ வருவாங்க, அவங்களைப் பத்திரமாப் பிடிச்சுக்கணும், அந்த நட்புகளைப் பாதுகாக்கணும், என்னிக்கும் நன்றிமறக்கக்கூடாது, நல்லவங்க பழக்கத்தை விடக்கூடாது, அதுதான் முக்கியம்!’

41. அரசனின் கண்

‘நிஜமாவா சொல்றீங்க?’ கலவரத்துடன் கேட்டான் கண்ணன்.

‘ஆமா’ என்றான் தருண், ‘நீயும் வர்றியா?’

‘ம்ஹூம், நான் வரலை!’

‘ஏய், பயப்படாதே, இந்த விஷயம் யாருக்கும் தெரியாது’ என்று தைரியம் சொன்னான் கதிர், ‘நாம ரகசியமாப் போய்ட்டு ரகசியமாத் திரும்பி வந்துடலாம்.’

‘என்னை விட்றுங்க, நீங்க எங்கே வேணும்ன்னாலும் போங்க’ என்று பிடிவாதமாகச் சொன்னான் கண்ணன். சரேலென்று அங்கிருந்து விலகி நடந்தான்.

பின்னால் அவர்கள் அவனைக் கூப்பிட்டுக்கொண்டே இருந்தார்கள். ஆனால், அவன் திரும்பிப்பார்க்கவில்லை.

வகுப்பறைக்குத் திரும்பியபிறகும் கண்ணனுக்குப் பதற்றம் குறையவில்லை. தருணும் கதிரும் நிஜமாகவே வகுப்புக்கு மட்டம் போட்டுவிட்டு கிரிக்கெட் போட்டியைப் பார்க்கப் போகப்போகிறார்களா? அல்லது, சும்மா விளையாட்டுக்குச் சொல்கிறார்களா?

தருண், கதிர் இருவருமே கண்ணனுக்கு நல்ல நண்பர்கள்தான். ஆனால், அவர்களுக்குப் படிப்பில் பெரிய ஆர்வம் கிடையாது.

எப்போதும் ஏதாவது குறும்பு செய்துகொண்டிருப்பார்கள், அதற்காக ஆசிரியர்களிடம் திட்டுவாங்குவார்கள்.

இப்போது, அவர்கள் இருவரும் வகுப்பு நேரத்தில் யாருக்கும் தெரியாமல் கிரிக்கெட் போட்டிக்குச் செல்ல எண்ணியிருக்கிறார்கள். அதற்காக ரகசியமாகத் திட்டம் தயாரித்திருக்கிறார்கள்.

அவர்களுடைய பள்ளிக்குப்பின்னால் பெரிய மைதானம். அதன் சுவரில் ஒரு பகுதிமட்டும் கொஞ்சம் உடைந்திருந்தது.

இன்று மதியம் இரண்டரை மணிக்கு, அந்தச் சுவர்வழியேதான் தருணும் கதிரும் தப்பிச்செல்லப் போகிறார்கள். கிரிக்கெட் போட்டியைப் பார்த்துவிட்டு, யாருக்கும் தெரியாமல் அதே வழியாகத் திரும்பி வந்து வகுப்பில் உட்கார்ந்துவிடுவார்கள்.

இந்த விஷயம் தெரிந்ததுமுதல் கண்ணனுக்குப் பரபரப்பாகவே இருந்தது. தன்னுடைய நண்பர்கள் செய்யும் இந்த வேலை அவனுக்குக் கொஞ்சம்கூடப் பிடிக்கவில்லை. அதேசமயம் அதை ஆசிரியரிடம் சொல்லித்தந்து அவர்களை மாட்டிவிடவும் அவன் விரும்பவில்லை.

தன்னால் இயன்றவரை அவன் அவர்களைத் தடுத்துப்பார்த்தான். பயனில்லை. அதன்பிறகு, அவர்கள் நினைத்தபடி செய்யட்டும் என்று விட்டுவிட்டான்.

மதிய உணவுக்குப்பிறகு, வகுப்புகள் தொடங்கின, ஆனால், தருண், கதிரைக் காணவில்லை.

‘தப்பித்துப்போய்விட்டார்கள்போல’ என்று நினைத்துக்கொண்டான் கண்ணன். ‘ஒருவேளை மாட்டிக்கொண்டால்?’

அவன் யோசித்துக்கொண்டிருக்கும்போதே, தருணும் கதிரும் திருதிருவென்று விழித்தபடி வகுப்பினுள்ளே நுழைந்தார்கள், பின்னாலேயே தலைமையாசிரியரும் வந்தார்.

‘என்னாச்சுங்கய்யா?’ என்று விசாரித்தார் வகுப்பாசிரியர். ‘இவங்க எப்படி உங்களோட வந்தாங்க?’

‘ரெண்டு பேரும் எங்கேயோ தப்பிச்சுப்போய்கிட்டிருந்தாங்க’ பெரிதாகச் சிரித்தார் தலைமையாசிரியர், ‘அதான் பிடிச்சு இங்கே கூட்டிக்கிட்டு வந்தேன்.’

‘அப்படியா?’ என்று அவர்களைக் கோபத்தோடு பார்த்தார் வகுப்பாசிரியர், ‘உங்களுக்குச் சரியான தண்டனை கொடுக்கணும், பள்ளி முடிஞ்சதும் என்னை வந்து பாருங்க!’ என்றார்.

தருணும் கதிரும் நடுங்கியபடி தங்களுடைய இடத்துக்குத் திரும்பினார்கள். கண்ணனிடம் ரகசியமாக, ’ஏய், தலைமையாசிரியர் கிட்ட எங்களைப்பத்திச் சொன்னது நீதானா?’ என்று கேட்டார்கள்.

‘சேச்சே, இல்லை’ என்று தலையசைத்தான் கண்ணன், ‘நான் சொல்லலை!’

‘அப்ப யார் சொல்லியிருப்பாங்க?’

‘தெரியலையே!’

ஆசிரியர் தரப்போகும் தண்டனையை எண்ணி அவர்கள் கவலைப்பட ஆரம்பித்தார்கள். கண்ணன் வகுப்பைக் கவனிக்கத் தொடங்கினான்.

ஆனால், மாலை வீட்டுக்குத் திரும்பும்போது, மீண்டும் அதே சந்தேகம் அவனுக்குள் கிளம்பியது, ‘தருண், கதிரின் திட்டத்தைத் தலைமையாசிரியரிடம் சொன்னது யார்?’

கண்ணன் குழப்பத்தோடு சுற்றிக்கொண்டிருப்பதைப்பார்த்த ரமேஷ் அவனை அழைத்தார், ‘என்னாச்சுடா? ஏன் ஒருமாதிரி இருக்கே?’

நடந்ததை முழுக்க விவரித்தான் கண்ணன். ‘அவங்க ரகசியமாப் போட்ட திட்டம் தலைமையாசிரியருக்கு எப்படித் தெரிஞ்சிருக்கும்? அதைத்தான் யோசிச்சுக்கிட்டிருக்கேன்’ என்றான்.

ரமேஷ் வாய்விட்டுச் சிரித்தார். ‘உங்க தலைமையாசிரியர் உங்க பள்ளிக்கு ராஜாமாதிரி, இல்லையா?’

‘ஆமா, அதுக்கென்னப்பா?’

‘ராஜாக்கள்ன்னா தங்களைச்சுத்தி என்ன நடக்குதுன்னு எப்பவும் கவனிச்சுக்கிட்டே இருப்பாங்க, அதுக்காக உளவாளிங்களை அங்கங்கே நிறுத்திவெச்சிருப்பாங்க, ஊருக்குள்ளே யார் என்ன பேசிக்கறாங்க, என்ன திட்டம் போடறாங்கங்கறதைக் கவனிச்சு அவங்க ராஜாகிட்ட சொல்வாங்க, அதை வெச்சு ராஜா வேண்டிய நடவடிக்கை எடுப்பாரு, தன்னோட நாட்டை நல்லபடியாக் கவனிச்சுக்குவாரு.’

'உங்க தலைமையாசிரியரும் அந்தமாதிரிதான், இத்தனை வருஷத்துல இப்படி ஏமாத்தற பசங்க எத்தனை பேரை அவர் பார்த்திருப்பார்ன்னு யோசிச்சுப்பாரு, அவங்களைக் கையும் களவுமாப் பிடிக்கறதுக்காகவே அவர் பள்ளியிலே ஆங்காங்கே நல்ல பசங்களை நிறுத்திவெச்சிருப்பார்ன்னு நினைக்கறேன், அவங்கள்ல ஒருத்தர்தான் உன் நண்பர்களோட திட்டத்தைத் தலைமையாசிரியர்கிட்டே போய்ச் சொல்லியிருக்கணும்!'

'ராஜாவுக்கு, அதாவது, ஒரு தலைவனுக்கு, இந்தமாதிரி ஒற்றர்கள் ஒரு கண்ணு, இன்னொரு கண்ணு, அந்தத் தலைவன் எப்படி நடந்துக்கணும்ன்னு எடுத்துச்சொல்ற நூல்கள், இதைத் திருவள்ளுவர் ஒற்றாடல்ங்கற அத்தியாயத்துல சொல்றாரு:

ஒற்றும் உரைசான்ற நூலும் இவை இரண்டும்
தெற்று என்க மன்னவன் கண்.

அதனால, நீயும் இனிமே ஜாக்கிரதையா இரு, நீ தப்பு செய்ய நினைச்சாலே போதும், உங்க தலைமையாசிரியருக்குத் தெரிஞ்சிடும், ஏன்னா, அவர் எல்லா மாணவர்கள்மேலயும் ஒரு கண் வெச்சிருக்கார்!'

42. முதல் வெற்றி, முழு வெற்றி!

‘அனைவருக்கும் நல்வரவு’ என்ற வரவேற்புப் பதாகை காற்றில் படபடத்தது. அதற்குக்கீழே மூன்று மாணவிகள் இன்முகத்தோடு கைகூப்பி எல்லாரையும் வரவேற்றார்கள், ரோஜாப்பூ, கல்கண்டு கொடுத்தார்கள்.

‘இதென்ன விளையாட்டு மைதானமா, இல்லை, கல்யாண மண்டபமா?’ என்று சிரித்தார் கீதா, ‘நல்லவேளை வர்றவங்க மேலயெல்லாம் பன்னீர் தெளிக்கலை!’

‘அம்மா, அவங்களை அப்படிக் கேலி செய்யாதீங்க’ என்று சிணுங்கினாள் ரம்யா, ‘அவங்க மூணு பேரும் என்னோட நல்ல தோழிகள், இந்த ரோஜாப்பூ, கல்கண்டு, சுத்தியிருக்கிற பூ அலங்காரம், எல்லாமே அவங்களோட யோசனைதான். எவ்ளோ கஷ்டப்பட்டு எல்லாத்தையும் தயார்செஞ்சாங்க தெரியுமா?’

‘சும்மா விளையாட்டுக்குச் சொன்னேன் ரம்யா’ என்றார் கீதா, ‘வாழ்க்கைன்னா அப்பப்போ இந்தமாதிரி ஆரோக்கியமான நகைச்சுவை இருக்கணும். எப்பவும் உர்ருன்னு இருக்கக்கூடாது!’

மைதானம் கிட்டத்தட்ட நிரம்பிவிட்டது. கீதா, ரமேஷ், கண்ணன் மூவருக்கும் மூன்றாவது வரிசையில்தான் இடம் கிடைத்தது.

‘சரி, நீங்க இங்கே உட்கார்ந்துக்கோங்க, நான் போய் என்னோட பயிற்சியைக் கவனிக்கறேன்’ என்றாள் ரம்யா.

அவளுடைய தோளில் தட்டிக்கொடுத்து 'எல்லா விளையாட்டுலயும் முழு ஆர்வத்தோட கலந்துக்கோ, வெற்றிக்கு வாழ்த்துகள்' என்றார் கீதா, 'ஆனா, ஒருவேளை ஜெயிக்காட்டி கவலைப்படாதே, ஆர்வமாப் பங்கேற்கறதுதான் முக்கியம்!'

ரம்யா கட்டைவிரலை உயர்த்திக்காட்டிவிட்டு மைதானத்தை நோக்கி ஓடினாள். அவர்கள் மூவரும் வசதியாக நாற்காலியில் சாய்ந்து அமர்ந்துகொண்டு நிகழ்ச்சியைப் பார்க்க ஆரம்பித்தார்கள்.

கடந்த ஒரு மாதமாக ரம்யாவின் பள்ளியில் விளையாட்டுத் திருவிழாவுக்கான முன்தயாரிப்புகள் மும்முரமாக நடைபெற்றுக் கொண்டிருந்தன. தினந்தோறும் பயிற்சி, தகுதிச்சுற்றுகள் என்று தூள் பறந்தது.

சாதாரணமாகவே ரம்யாவுக்கு விளையாட்டு என்றால் ரொம்பப் பிடிக்கும். இப்போது அதற்காக ஒரு முழுநாள் திருவிழா என்றதும் மிகவும் ஆசையோடு பங்கேற்றாள், தடையோட்டம், நீளம் தாண்டுதல், தொடரோட்டம் என்று நான்கைந்து விளையாட்டுகளில் இறுதிச்சுற்றுவரை வந்துவிட்டாள்.

இன்றைக்கு, பெற்றோர் முன்னிலையில் அனைத்து இறுதிச் சுற்றுப் போட்டிகளும் நடைபெறவிருக்கின்றன. இதில் வெல்லுவோருக்குச் சிறப்பு விருந்தினர் பதக்கங்களை வழங்கிப் பாராட்டுவார்.

போட்டிகள் தொடங்கின. மாணவர்கள் எல்லாரும் மிகுந்த ஆர்வத்துடன் பங்கேற்றார்கள்.

ரம்யா பங்குபெறும் போட்டிகள் வரும்போதெல்லாம் கண்ணன் ஆர்வத்தோடு துள்ளிக்குதித்தான், அவள் பெயரைச்சொல்லிச் சத்தமாகக் கத்தினான்.

முதல் போட்டியில் ரம்யாவுக்கு மூன்றாம் இடம்தான் கிடைத்தது. ஆனால், பின்னர் இன்னொரு போட்டியில் முதல் இடத்தைப் பிடித்தாள், சிறிது நேரம் கழித்து மற்றொரு முதல் இடம், அடுத்து ஓர் இரண்டாம் இடம், பிறகு இன்னொரு முதல் இடம்... இப்படியே அன்று மாலைக்குள் ஐந்து பதக்கங்களை வென்றுவிட்டாள்.

நாளின் நிறைவில், 'இந்த ஆண்டின் மிகச்சிறந்த விளையாட்டாளர்' என ஒரு பட்டம் கொடுத்தார்கள். அதுவும் ரம்யாவுக்கே கிடைத்தது.

கண்ணன் மகிழ்ச்சியில் நடனமாடத்தொடங்கிவிட்டான். கீதா, ரமேஷ்கூட பெருமிதத்தைக் கட்டுப்படுத்திக்கொள்ள இயலாமல் திணறினார்கள்.

பட்டம் பெற்ற கையோடு கீழே ஓடிவந்து அவர்களை அணைத்துக்கொண்டாள் ரம்யா. 'இந்தப் பரிசு கிடைக்கும்ன்னு நான் கனவுலகூட நினைக்கலை!'

'நீ நல்லா விளையாடினே, அதனால பரிசு கிடைச்சது, இதுல என்ன பெரிய ஆச்சர்யம்!' என்று தட்டிக்கொடுத்தார் கீதா, 'நீ இந்தமாதிரி இன்னும் நூறு பரிசு வாங்கணும், அதுதான் எங்க ஆசை!'

அவர் பேசிக்கொண்டிருக்கும்போதே பலர் வந்து ரம்யாவுக்குக் கைகொடுத்தார்கள், முகமெல்லாம் சிரிப்போடு வாழ்த்துச் சொன்னார்கள். அவளோடு புகைப்படம் எடுத்துக்கொண்டார்கள்... ஒவ்வொருவருக்கும் 'நன்றி' சொல்லிச்சொல்லி அவளுக்கு வாயே வலித்துவிட்டது.

ரம்யா நன்றாகப் படிக்கிற பெண்தான். ஆனால், அவளுடைய வகுப்புக்கு வெளியே அதிகப்பேருக்கு அவளைத் தெரியாது. ஆகவே, இந்தத் திடீர்ப் புகழ்வெளிச்சத்தைத் தாங்க இயலாமல் அவள் தடுமாறுவது கீதாவுக்குப் புரிந்தது. தனக்குள் சிரித்துக்கொண்டார்.

வீடு திரும்பும்வழியில் அவர்கள் ஓர் உணவகத்துக்குச் சென்றார்கள். ரம்யாவின் வெற்றியைக் கொண்டாடினார்கள்.

அன்றிரவு, ரம்யா தூங்கச்செல்லுமுன் அவளை அழைத்துப் பேசினார் கீதா, 'இதோ பாரு ரம்யா, இது உன்னோட முதல் பெரிய வெற்றியா இருக்கலாம், ஆனா, இது கடைசி வெற்றி இல்லை, இன்னும் நிறைய வரப்போகுது, இதையெல்லாம் கையாள நீ கத்துக்கணும்.'

'எப்படிம்மா?'

'ரொம்ப சுலபம், ஒரே ஒரு விஷயத்தைமட்டும் நீ கத்துக்கிட்டாப் போதும்ன்னு திருவள்ளுவர் சொல்றார், பண்புடைமைங்கற அதிகாரத்துல:

எண்பதத்தால் எய்தல் எளிதுஎன்ப, யார்மாட்டும்
பண்புஉடைமை என்னும் வழக்கு.

'அதாவது, நாம எந்த உயரத்துக்குப் போனாலும் சரி, எவ்ளோ பெரிய அளவுல ஜெயிச்சாலும் சரி, மத்தவங்க நம்மை அணுகமுடியாதபடி கர்வமா நடந்துக்கக்கூடாது, எல்லார்கிட்டயும் எப்பவும்போல எளிமையாப் பழகணும், அதுதான் சரியான பண்பு!' என்று விளக்கினார் கீதா, 'இப்ப நீ கர்வமா நடந்துக்கறேன்னு நான் சொல்லலை, ஆனா, என்னிக்கும் இந்த எளிமையை மறந்துடாதே, மத்தவங்களைவிட நாம ஒசத்தின்னு உன்னைச்சுத்தி ஒரு வட்டம் போட்டுக்கிட்டு உள்ளேயே உட்கார்ந்துடாதேன்னு சொல்றேன், அவ்ளோதான்!'

'புரிஞ்சதும்மா' என்று கீதாவைக் கட்டிக்கொண்டாள் ரம்யா. 'இன்னிக்கு எனக்குக் கிடைச்ச பதக்கம், பரிசையெல்லாம்விடப் பெரிசு, இந்த அறிவுரைதான்!'

43. ஆசையின்றி அனுபவி

ஊரிலிருந்து பெரியப்பா வருகிறார்.

அதுவும், சும்மா வரவில்லை. கண்ணனுக்கும் ரம்யாவுக்கும் ஒரு 'ஸ்கூட்டர்' வாங்கிவருகிறார்.

ஸ்கூட்டர் என்றால், பெட்ரோல் ஊற்றிச் சாலையில் ஓட்டும் பெருவாகனமல்ல. ஒரு காலை அதன்மீது வைத்து உந்தித்தள்ளி ஓட்டும் சிறுவாகனம்.

கண்ணனுக்கு நெடுநாளாகவே அந்த ஸ்கூட்டரில் விரையவேண்டும் என்று ஆசை. ஆனால், அதை வாங்கிக்கொள்வதற்கான சூழ்நிலை அமையவில்லை.

இதைப் புரிந்துகொண்ட பெரியப்பா, அவனுக்காகவே அந்த ஸ்கூட்டரை வாங்கிவருகிறார். இந்த விஷயத்தை அவனிடம் தொலைபேசியிலும் சொல்லிவிட்டார்.

அந்தக் கணம் தொடங்கி, கண்ணன் மிகப் பரபரப்பாக இருக்கிறான். பெரியப்பா ஸ்கூட்டர் வாங்கிவரப்போகிறார் என்பதை அவன் தன்னுடைய பெற்றோர், சகோதரியிடம்கூடச் சொல்லவில்லை.

'பெரியப்பா எப்போ வருவார்ம்மா?' இருபதாவதுமுறையாகக் கேட்டான் கண்ணன்.

கீதா மணியைப் பார்த்துவிட்டு, 'இப்போதான் அவரோட வண்டி பேருந்துநிலையத்துக்கு வந்திருக்கும், இன்னும் அரைமணிநேரத்துல நம்ம வீட்டுக்கு வந்துடுவார்' என்றார். 'அது சரி, நீ ஏன் இப்படி நிலைகொள்ளாம தவிக்கறே?'

'ஒண்ணுமில்லை' என்று சொல்லிவிட்டு ஓடினான் கண்ணன். உள்ளறையில் அமர்ந்தபடி, வரப்போகும் ஸ்கூட்டரைப்பற்றிக் கற்பனைசெய்யத்தொடங்கினான்.

கண்ணனின் நண்பன் குமாரிடம் ஒரு ஸ்கூட்டர் இருக்கிறது. அந்தப் பகுதியிலிருக்கும் எல்லாப் பையன்களும் அதைத்தான் வாங்கி ஓட்டிக்கொண்டிருக்கிறார்கள்.

இதனால், குமாருக்குக் கர்வம் அதிகமாகிவிட்டது. பலநாள் ஸ்கூட்டரை யாருக்கும் தருவதே இல்லை. போய்க் கேட்டாலும் ரொம்ப அலட்டுகிறான்.

'என்னோட ஸ்கூட்டர் வரட்டும், அந்தக் குமார்முன்னாடி அதை ஓட்டிக்காட்டணும்' என்று நினைத்துக்கொண்டான் கண்ணன். 'அவனோட ஸ்கூட்டர் பழசு, சாயமெல்லாம் உதிர்ந்துபோய்க் கெடக்குது. அதுக்குமுன்னாடி என்னோட புது ஸ்கூட்டரைப்பார்த்து அவன் வாயைப் பிளக்கணும், என்கிட்ட வந்து கெஞ்சணும், நான் தரமுடியாதுன்னு சொல்லணும்!'

இதை எண்ணும்போதே கண்ணனின் முகத்தில் சிரிப்பு. ஸ்கூட்டரை உந்தித்தள்ளியபடி தான் சாலையில் செல்வதுபோலவும், எதிரே வருகிறவர்களெல்லாம் வியப்போடு நிற்பதுபோலவும் கற்பனை செய்து மகிழ்ந்தான்.

மறுகணம், அவன் வாசலுக்கு ஓடினான். ம்ஹூம், பெரியப்பா இன்னும் வரவில்லை.

அரைமணிநேரம் கழித்து வாசலில் யாரோ வருகிற சத்தம் கேட்டது. குடுகுடுவென்று கண்ணன்தான் சென்று கதவைத் திறந்தான், 'பெரியப்பா!!!' என்று அவரைக் கட்டிக்கொண்டான்.

'எப்படிடா இருக்கே, குட்டிப்பையா?' என்று கேட்டபடி வீட்டினுள் நுழைந்தார் பெரியப்பா. உள்ளறையிலிருந்து ரமேஷ், கீதா இருவரும் பெரிய சிரிப்போடு அங்கே வந்து அவரை வரவேற்றார்கள், அவருடைய பைகளை வாங்கிக்கொண்டார்கள்.

பெரியப்பா முகம் கழுவி வரும்வரை காத்திருக்கப் பொறுமையில்லாத கண்ணன் அவருடைய பைகளை ஆர்வத்துடன் பார்த்தான், 'ஸ்கூட்டர் இதில் இருக்குமா? அல்லது, அந்தப் பையிலா?'

அவனுடைய பதற்றத்தைப் புரிந்துகொண்ட பெரியப்பா சிரிப்போடு வந்து ஒரு பையைத் திறந்தார். அதிலிருந்த டப்பாவை அவனிடம் நீட்டினார். 'ரொம்ப நன்றி பெரியப்பா' என்று சொல்லிக்கொண்டே அதை வாங்கிப் பிரித்தான் கண்ணன்.

மறுகணம், அவனுடைய முகத்தில் சோர்வு. காரணம், பெரியப்பா வாங்கிவந்த ஸ்கூட்டர் சிறியதாக இருந்தது. அதாவது, குமாரின் ஸ்கூட்டரைவிடச் சிறியது.

அவ்வளவுதான், கண்ணனின் மனம் நொந்தது. 'இதை எடுத்துக்கிட்டுப்போய்ப் பசங்ககிட்ட காமிச்சா எல்லாரும் சிரிப்பாங்களே' என்று நினைத்துக்கொண்டான். கவலையோடு உள்ளறைக்குச் சென்றுவிட்டான்.

சிறிதுநேரத்தில், காய்வாங்கச் சென்றிருந்த ரம்யா வீடு திரும்பினாள். 'பெரியப்பா, வாங்க, வாங்க, எப்போ வந்தீங்க? நல்லாயிருக்கீங்களா? வீட்ல எல்லாரும் நலமா?' என்று விசாரித்தாள்.

அப்போதுதான், அங்கிருந்த ஸ்கூட்டரைக் கவனித்தாள் அவள். 'ஆஹா, இது நீங்க வாங்கிவந்ததா?' என்று கேட்டாள்.

'ஆமாம்மா, நல்லாயிருக்கா?' என்றார் பெரியப்பா.

'அருமையா இருக்கு' என்ற ரம்யா, அதை எடுத்துக்கொண்டு வாசலுக்கு ஓடினாள், ஆவலுடன் அதை ஓட்ட ஆரம்பித்துவிட்டாள்.

பத்து நிமிடம்கழித்து வீட்டிற்குள் வந்த அவளுடைய முகமெல்லாம் புன்னகை, மகிழ்ச்சி.

அதே நேரம், உள்ளே கண்ணன் சோர்வுடன் அமர்ந்திருந்தான். அவனுக்கு இந்த ஸ்கூட்டர் பிடிக்கவே இல்லை!

நடந்ததை ஊகித்துக்கொண்ட ரமேஷ் மெல்ல கண்ணனை நெருங்கினார், 'கண்ணா, பெரியப்பா ஸ்கூட்டர் வாங்கிட்டு வரப்போற விஷயம் உனக்கு முன்னாடியே தெரியுமா?' என்றார்.

'ம்ம்ம்' என்றான் கண்ணன்.

'அதான் பிரச்னை!' என்று சிரித்தார் ரமேஷ். 'ஒரு விஷயத்தின்மீது ஆசைவெச்சுட்டா, அதோட தொடர்புடைய துன்பமெல்லாம் வந்துசேரும், அந்த விஷயம் நடந்தாலும்கூட, நம்ம எதிர்பார்ப்பு நிறைவேறலையேங்கற கவலைதான் அதிகமா இருக்கும். அந்த விஷயத்தை அனுபவிக்கமுடியாது!

அதோ, ரம்யாவைப் பாரு, அவளுக்கு இந்த ஸ்கூட்டர் வரப்போறதே தெரியாது. அது வருமா, எப்படி வரும்ன்னெல்லாம் அவ ஆசைப்பட்டு ஏங்கலை, அதனால, ஸ்கூட்டர் கிடைச்சதும் அதை ஆனந்தமாப் பயன்படுத்தறா. அதுபோல, நீயும் ஆசையை, எதிர்பார்ப்பைக் குறைச்சுக்கிட்டேன்னா, உலகம் அழகா இருக்கும், அதிலுள்ள எல்லாமே இன்னும் இனிமையா இருக்கும். இதைத் திருவள்ளுவர் அவா அறுத்தல்-ங்கற அதிகாரத்துல இப்படிச் சொல்றார்:

> **'அவா இல்லார்க்கு இல்லாகும் துன்பம், அஃது உண்டேல்**
> **தவாஅது மேன்மேல் வரும்.'**

கண்ணன் நிமிர்ந்து ரமேஷைப் பார்த்தான். அவன் முகத்தில் இன்னும் ஏமாற்றம் குறைந்திருக்கவில்லை.

அவனைத் தட்டிக்கொடுத்த ரமேஷ் சொன்னார், 'ரெண்டு நாளா நீ எதிர்பார்த்துக்கிட்டிருந்ததையெல்லாம் மறந்துடு, இந்த ஸ்கூட்டர் அருமையான ஸ்கூட்டர்ங்கற எண்ணத்தோட அதை ஓட்டிப்பாரு, உனக்கு நிச்சயம் பிடிக்கும்!'

44. பச்சைப்பசேல் மனம்

'காய்கறி... காய்கறி...' கந்தனின் குரல் உரக்கக்கேட்டது, 'பச்சைப் பசேல் காய்கறி... ஆரோக்கியமான காய்கறி... ரசாயன உரமெல்லாம் போடாம இயற்கைமுறையிலே விளைவிச்ச நல்ல காய்கறி...'

அந்தச் சத்தம் கீதாவின் வீட்டை நெருங்கியபோது, அவர் சமையலில் மும்முரமாக இருந்தார். ஆகவே, ரம்யாவை அழைத்து, 'அவரைக்கொஞ்சம் நிக்கச்சொல்லேன், நான் இதோ வந்துட்டேன்' என்றார்.

'சொல்றேம்மா' என்று வாசலுக்கு ஓடினாள் ரம்யா. அங்கே வந்துகொண்டிருந்த காய்கறிக்கார இளைஞரைப்பார்த்து, 'அண்ணே, கொஞ்சம் நில்லுங்க, அம்மா வர்றாங்க' என்றாள்.

'சரிம்மா' என்று சிரித்தார் காய்கறிக்காரர். 'நீ நல்லாயிருக்கியாம்மா? நல்லாப் படிக்கறியா? தம்பி எப்படியிருக்கான்?'

'எல்லாம் நல்லாயிருக்கோம்ண்ணே, உங்க வீட்ல எல்லாரும் நலம்தானே?' என்று ரம்யா விசாரித்துக்கொண்டிருந்தபோதே கீதா வந்துவிட்டார். 'என்ன கந்தா? இன்னிக்கு என்ன காய்கறி கொண்டுவந்திருக்கே?'

'உருளைக்கிழங்கு அருமையா இருக்கும்மா' என்றார் காய்கறிக்காரக் கந்தன், 'இன்னிக்குதான் பண்ணையிலேர்ந்து கொண்டுவந்தேன். பாருங்க.'

கீதா உருளைக்கிழங்கைப் பார்த்தார். நன்றாக இருந்தது, 'அரைக்கிலோ போடுங்க' என்றார். தொடர்ந்து அவர் பல காய்கறிகளை எடுக்க, ரம்யா ஓரமாக அமர்ந்து படிக்கத்தொடங்கினாள்.

கந்தன் மும்முரமாக எடைபோட்டபோதும், அவரிடம் ஏதோ ஒரு சுணக்கம் காணப்பட்டது. கீதா அதைக் கவனித்துவிட்டார். 'என்னாச்சு கந்தா? வீட்டுல எல்லாரும் சௌக்கியம்தானே?' என்றார்.

'எல்லாரும் நல்லாதான் இருக்காங்கம்மா' என்று இழுத்தார் கந்தன். ஏதோ சொல்லத்தயங்குவதுபோல் அவருடைய குரல் ஒலித்தது.

'அப்புறம் வேறென்ன விஷயம்? தயங்காம சொல்லுங்க' ஊக்கப்படுத்தினார் கீதா. 'ஏதாவது பணப்பிரச்னையா?'

'அதெல்லாம் இல்லைம்மா. நேத்திக்கு வியாபாரத்தின்போது ஒரு பெரிய தப்பு செஞ்சுட்டேன்' என்றார் கந்தன், 'அதுதான் இன்னும் மனசுல ஓடிக்கிட்டிருக்கு' என்றவர் அதை விவரிக்கத்தொடங்கினார்.

'நேத்திக்கும் இதேமாதிரி புத்தம்புது உருளைக்கிழங்கு வந்திருந்ததும்மா. நான் அதை எடுத்துக்கிட்டு ஊருக்குள்ளே வியாபாரம் செய்யப்போயிருந்தேன்.

அப்போ ஒருத்தர் வண்டியில வந்தாரு. என்கிட்ட அஞ்சுகிலோ உருளைக்கிழங்கு வேணும்ன்னு கேட்டாரு. நான் எடைபோட ஆரம்பிச்சேன்.

ரெண்டுகிலோ எடைபோட்டப்புறம், அவரை யாரோ செல்பேசியில அழைச்சாங்க. அவரும் ஓரமாப்போய் அவங்களோட பேசிக்கிட்டிருந்தாரு. என்னைப் பார்க்கலை.

அப்ப, திடீர்ன்னு எனக்குள்ள ஒரு யோசனை. நம்ம உருளைக்கிழங்குல கொஞ்சம் அழுகிப்போச்சுன்னு தனியா எடுத்துவெச்சிருக்கோமே, அதை இவர்கிட்ட தள்ளிவிட்டுட்டா என்னன்னு யோசிச்சேன்.

'வழக்கமா அப்படிப்பட்ட எண்ணமே எனக்கு வராது. ஆனா ஏனோ, நேத்திக்கு அப்படித்தோணிடுச்சு. ரகசியமா அந்த அழுகிப்போன உருளைக்கிழங்கையும் சேர்த்து அவருக்கு வித்துட்டேன், அவரும் கவனிக்காம வாங்கிட்டுப்போயிட்டாரு.

அப்போ ஆரம்பிச்சதும்மா இந்தக் கவலை. அவர் யாரோ, எவரோ, எவ்ளோ கஷ்டப்பட்டு இந்தப் பணத்தைச் சம்பாதிச்சாரோ, அவருக்கு இப்படியொரு தப்பானபொருளைத் தந்துட்டோமே, அவர் நம்மைப்பத்தி என்ன நினைப்பாரு, அதைவிடுங்க, நம்ம தொழிலுக்கு நாம இப்படியொரு துரோகம் பண்ணலாமான்னு ஒரே குழப்பம், ராத்திரிமுழுக்கத் தூக்கமே இல்லை.

ஆனா, இதுக்கப்புறம் நான் என்ன பண்ணமுடியும்? அவர் யாருன்னு எனக்குத் தெரியாது, ஒருவேளை தெரிஞ்சிருந்தா, அவர் வீட்டுக்கே போய் மன்னிப்பு கேட்டுக்கிட்டு வேற உருளைக்கிழங்கைத் தந்துடுவேன், அதுக்கும் வழியில்லை.'

கந்தன் சொன்னதைப் புன்னகையோடு கேட்டுக்கொண்டிருந்தார் கீதா. 'கந்தா, நீ ரொம்ப நல்லவன், ஊர்ல எத்தனையோ வியாபாரிங்க எப்படியெப்படியோ ஏமாத்தறாங்க, ஆனா, நீயே நினைச்சாலும் உன்னால யாரையும் ஏமாத்தமுடியாது. நேத்திக்கு ஏதோ ஒரு சின்ன சபலம், அவசரப்பட்டுட்டே, அதுக்காக இப்போ வருத்தப்படறே. பரவாயில்லை, அதை மறந்துடு, இனிமே அந்தத் தப்பைச் செய்யாதே. அது போதும்.'

'நிஜமாவா சொல்றீங்க?' கந்தன் வியப்போடு கேட்டார்.

'ஆமா கந்தா, நான் மட்டுமில்லை. திருவள்ளுவரே அதைத்தான் சொல்றார்' என்றார் கீதா.

திருவள்ளுவர் பெயரைக் கேட்டதும், இதுவரை அங்கே நடந்த உரையாடலை ஆர்வத்துடன் கேட்டுக்கொண்டிருந்த ரம்யா அருகே வந்தாள். 'இதுக்கும் திருக்குறள் இருக்காம்மா?' என்றாள்.

'ஆமா ரம்யா' என்று சிரித்தார் கீதா. பின்னர், அவர்கள் இருவருக்கும் பொதுவாகச் சொல்ல ஆரம்பித்தார், 'வினைத்தூய்மைங்கற அதிகாரத்துல இந்தத் திருக்குறள் வருது:

> **எற்றுஎன்று இரங்குவ செய்யற்க, செய்வானேல்,**
> **மற்று அன்ன செய்யாமை நன்று.**

அதாவது, என்னடா இப்படிச் செஞ்சுட்டோமேன்னு நாமே நினைச்சு வருத்தப்படறமாதிரி ஒரு செயலைச் செய்யக்கூடாது. ஒருவேளை செஞ்சுட்டா, மறுபடி அதே தவறைத் திரும்பச் செய்யக் கூடாது, அதுதான் நாம உண்மையிலேயே திருந்திட்டோம்ங்கறதுக்கு

அடையாளம்' என்ற கீதா, கந்தனைப் பார்த்துச்சொன்னார், 'ஒருவேளை என்னிக்காவது நீ அவரை மறுபடி பார்த்தா, அவர்கிட்ட மன்னிப்பு கேட்டுக்கோ. ஆனா அதைவிட முக்கியம், இனிமே யாருக்கும் அழுகிப்போன காய்கறியை விக்காம நேர்மையா நடந்துக்கோ. அதுதான் உனக்கு உண்மையான மன்னிப்பு.'

45. என்றும் வள்ளல்!

ஆறு மணிக்குக் கடிகார மணி ஒலிக்குமுன் கண்ணன் எழுந்துவிட்டான்.

வண்டியைத் துடைத்துக்கொண்டிருந்த ரமேஷ் அவனை வியப்போடு பார்த்தார். 'டேய், இன்னிக்கு ஞாயித்துக்கிழமைடா!' என்றார்.

'தெரியும்ப்பா' என்றபடி பல் துலக்கச்சென்றான் கண்ணன்.

'பள்ளி நாள்ன்னாதான் அவசரமா எழுந்திருக்கணும், ஞாயித்துக் கிழமை விடுமுறைதானே? இன்னும் கொஞ்சநேரம் தூங்கலாமே. என்ன அவசரம்?'

'அப்பா, இன்னியிலேர்ந்து எங்க பள்ளிக்கூடத்துல கூடைப்பந்துப் பயிற்சி ஆரம்பிக்குது, அதுக்கு நானும் தேர்வாகியிருக்கேன்' என்றான் கண்ணன். 'வாராவாரம் ஞாயித்துக்கிழமை காலையிலே வகுப்பு, அதான் சீக்கிரமா எழுந்துட்டேன்!'

'ஓ, அப்படியா?' என்று அவனுடைய தோளில் தட்டினார் ரமேஷ். 'நல்ல விஷயம்தான், அருமையாக் கத்துக்கிட்டு விளையாடு!'

கண்ணன் பால் குடிப்பதற்காகச் சமையலறைக்குள் சென்றான். ரமேஷ் வண்டியை ஓரமாக நிறுத்திவிட்டுச் செடிகளுக்கு நீரூற்றத் தொடங்கினார். சில நிமிடங்களில், வாசலில் இருந்த கம்பிக்கதவு திறக்கும் சத்தம் கேட்டது. திரும்பிப்பார்த்த ரமேஷ் வியப்புடன், 'அட, கார்மேகம், வாங்க வாங்க' என்றார், 'என்ன அதிகாலையிலே வந்திருக்கீங்க? வீட்ல எல்லாரும் நல்லாயிருக்காங்கதானே?'

‘ரொம்ப நல்லாயிருக்காங்க’ என்று சிரித்தார் கார்மேகம். ‘உங்க வீட்ல எப்படி?’

‘உங்களைமாதிரி நண்பர்கள் இருக்கும்போது எங்களுக்கென்ன கவலை?’ என்றார் ரமேஷ். ‘உட்காருங்க, காஃபி சாப்பிடறீங்களா?’

‘இருக்கட்டும்’ என்றபடி நாற்காலியில் அமர்ந்தார் கார்மேகம். பிறகு, கொஞ்சம் தயங்கி, ‘உங்ககிட்ட ஒரு சின்ன உதவி தேவைப்படுது’ என்றார்.

‘உதவியா?’ வியப்போடு கேட்டபடி ரமேஷும் அமர்ந்தார். ‘நீங்க ஊருக்கே உதவறவர், உங்களுக்கு நான் என்ன உதவி செய்யறது?’

ரமேஷின் வியப்பு நியாயமானதுதான். கார்மேகம் அந்தப் பகுதியிலேயே பெரிய பணக்காரர். பல தொழில்களை நடத்தி வருகிறவர். யார் என்ன உதவி கேட்டாலும் செய்வார். சமூக சேவைகளுக்கு வாரி வழங்குகிறவர். அப்படிப்பட்டவர் ஞாயிற்றுக்கிழமை அதிகாலையில் அவரே வந்து உதவிகேட்கிறார் என்றால், என்ன காரணமாக இருக்கும்?

கார்மேகம் அதை விளக்குவதற்குள் கீதா வந்துவிட்டார். அவரை நலம் விசாரித்துவிட்டு அவர் கொடுத்த காஃபியை வாங்கிக்கொண்டார் கார்மேகம். ஓரமாக அமர்ந்து காலுறை அணிந்துகொண்டிருந்த கண்ணனுக்கு ஒரு புன்னகையைச் சிந்திவிட்டு விஷயத்துக்கு வந்தார்.

‘ரமேஷ், நம்ம பகுதியிலே ஒரு சின்ன ஆதரவற்றோர் இல்லம் இருக்கு, அது உங்களுக்குத் தெரியும்தானே?’

‘ஓ, நல்லாத் தெரியுமே, அதுக்கு எல்லாச் செலவுகளையும் நீங்கதான் பார்த்துக்கறீங்கன்னுகூடத் தெரியும்!’

‘உண்மைதான். வருஷாவருஷம் ஒரு கணிசமான தொகையை அந்த இல்லத்துக்காகக் கொடுத்துக்கிட்டிருக்கேன்’ என்றார் கார்மேகம். ‘ஆனா, இந்தத் தடவை என்னோட தொழில்ல ஒரு பெரிய பிரச்னை. நினைச்ச இடங்கள்லேர்ந்து பணம் வரலை. அதனால, கடுமையான நெருக்கடியிலே இருக்கேன்.’

‘ஓ, அப்படியா?’ என்று அக்கறையுடன் விசாரித்தார் ரமேஷ். ‘இப்ப நான் என்ன செய்யணும்? சொல்லுங்க!’

‘அந்த ஆதரவற்றோர் இல்லத்தோட பிரதிநிதிகள் நாளைக்கு என்னைப் பார்க்க வருவாங்க. அப்ப அவங்களுக்கு நான்

வழக்கமான காசோலையைக் கொடுத்தாகணும்' என்றபடி காஃபியை உறிஞ்சினார் கார்மேகம், 'கொஞ்சம் காசைக் குறைச்சுக் கொடுத்தா அவங்க எதுவும் சொல்லமாட்டாங்க, ஆனா, இதை நம்பி அவங்க பல செலவுகளைத் திட்டமிட்டிருப்பாங்க. அதெல்லாம் நின்னுபோகும். அதான் என்ன பண்றதுன்னு யோசிக்கறேன்.'

'இது ஒரு பெரிய பிரச்னையே இல்லை கார்மேகம்' என்றார் ரமேஷ். 'நீங்க இப்ப உங்களால கொடுக்கமுடியற தொகையைக் கொடுங்க. மீதித்தொகையை நாம வேற நன்கொடையாளர்கள்கிட்டேயிருந்து திரட்டிக்கலாம், அல்லது, இன்னும் ஓரிரு மாசங்கள் கழிச்சு உங்க தொழில் நிலைமை சரியாகிடும், அதுக்கப்புறம் நீங்களே அதைக் கொடுக்கலாம்.'

'ஓரிரு மாசங்கள்லயா?' என்று வேதனையாகச் சிரித்தார் கார்மேகம், 'நிலைமை அவ்வளவு சீக்கிரமாச் சரியாகும்னு எனக்கு நம்பிக்கையில்லை!'

'அட, நம்புங்க கார்மேகம். நிச்சயமா உங்க பிரச்னைகள் விரைவிலே சரியாகிடும். இதை நான் சொல்லலை. வள்ளுவர் சொல்றார்.'

'அப்படியா?'

'ஆமா, நன்றியில் செல்வம்ங்கிற அதிகாரத்துல வர்ற ஒரு குறளைப்பாருங்க:

> **சீர்உடைச் செல்வர் சிறு துனி மாரி**
> **வறங்கூர்ந்து அனையது உடைத்து.**

ஊருக்கே அள்ளிக்கொடுத்துப் புகழ்பெற்றவங்களுக்கு எப்பவாச்சும் கொஞ்சம் வறுமை வரலாம், பிறருக்கு உதவிசெய்யமுடியாம போகலாம், ஆனா அந்த வறுமை எப்படி இருக்கும்ன்னா, மேகம் அப்பப்போ மழை பெய்யாம கொஞ்சநேரம் அமைதியா இருக்கறமாதிரிதானாம், அப்புறம் மேகம் பழையபடி மழை பெய்ய ஆரம்பிச்சுடும், அதுபோல, இவங்களோட வறுமையும் சரியாகிடும், பழையபடி எல்லாருக்கும் உதவ ஆரம்பிச்சுடுவாங்க!

உங்க நல்ல மனசு எங்களுக்குத் தெரியும், நீங்க என்னிக்கும் வள்ளல்தான். சீக்கிரமே உங்க பிரச்னைகளெல்லாம் தீர்ந்துடும். முன்பைவிடப் பலமடங்கு வாரி வழங்குவீங்க!'

46. பரிமளா மாறிவிட்டாளா?

'அம்மா, சீக்கிரம் வாங்க!' வாசலிலிருந்து ரம்யா கத்துவது இங்குவரை கேட்டது.

'இதோ, வந்தாச்சு' என்றபடி வெளியே வந்தார் கீதா. 'புறப்படலாமா?'

'அம்மா, பிறந்தநாள் விழா அஞ்சு மணிக்கு' என்று சிணுங்கினாள் ரம்யா. 'இங்கயே நமக்கு நாலேமுக்கால் ஆகிடுச்சு!'

'கவலைப்படாதே, சீக்கிரமாப் போயிடலாம்' என்று விறுவிறுவென்று நடக்கத்தொடங்கினார் கீதா. அவருக்குப் பின்னாலேயே ரம்யாவும் நடந்தாள்.

சில நிமிடங்களுக்குப்பிறகு, ஏதோ நினைத்துக்கொண்டாற்போல் கேட்டார் கீதா, 'நீ பரிமளாவோட புது வீட்டுக்குப் போயிருக்கியா? இல்லை, இதுதான் முதல் தடவையா?'

'இதுதான் முதல் தடவை' என்றாள் ரம்யா. 'ஆனா, அந்த வீட்டைப்பத்தி நிறையக் கேள்விப்பட்டிருக்கேன்.'

'ஆமாமா, ரொம்பப் பெரிய வீடுதான். மாளிகைமாதிரி இருக்கும்.'

'பரிமளாவுக்கு அதிர்ஷ்டம்தான், இல்லையாம்மா?' என்று ரம்யா கேட்க, அவளையே கூர்ந்து பார்த்தார் கீதா. 'ஏன் அப்படிச் சொல்றே ரம்யா?'

'அதில்ல, அவங்களும் நம்மைமாதிரி இருந்தவங்கதானே; இப்ப திடீர்னு பணக்காரங்களாகிட்டாங்க, பெரிய வீட்டுக்குக் குடிபோய்ட்டாங்க, பெரிய இசையமைப்பாளர்கள், தயாரிப்பாளர்களெல்லாம் அங்கே வந்துபோறாங்க. இப்ப நம்ம பகுதியிலே எந்த விழா நடந்தாலும் அதுல பரிமளாதான் தலைமை விருந்தினர்...'

'உனக்கு அதையெல்லாம் கேள்விப்பட்டுப் பொறாமையா இருக்கா ரம்யா?'

'சேச்சே!' என்று உடனே மறுத்தாள் ரம்யா. 'பொறாமையில சொல்லலைம்மா. ஒருத்தர் திடீர்னு இப்படி மாறினா மத்தவங்களுக்கு ஆச்சர்யமாதானே இருக்கும்?'

ரம்யாவின் தோழி பரிமளா அருமையாகப் பாடுவாள். பல உள்ளூர் விழாக்களில் பரிசுகளை வாங்கிக் குவித்தவள். திடீரென்று ஒரு தொலைக்காட்சி நிகழ்ச்சியில் கலந்துகொண்டு பெரிய பிரபலமாகிவிட்டாள். அவர்கள் நடத்திய பாட்டுப்போட்டியில் முதல் பரிசு, பல லட்சம் பணம், புதிய வீடு என்று அசத்துகிறாள். இப்போது திரைப்படங்களிலும் பாடத்தொடங்கியிருக்கிறாள்.

இன்றைக்குப் பரிமளாவின் பிறந்தநாள். அதைப் பெரிய அளவில் கொண்டாடுகிறார்கள். கீதாவும் ரம்யாவும் அதற்குதான் சென்றுகொண்டிருக்கிறார்கள்.

இதற்குமுன்பும் பரிமளாவின் பிறந்தநாளுக்கு அவர்கள் சென்றதுண்டு. ஆனால், அப்போதெல்லாம் இல்லாத ஒரு தயக்கம் இப்போது அவர்கள் மனத்தில்.

பரிமளாவின் வீடு நெருங்கிவிட்டது. ரம்யாவின் முகத்தைக் கவனமாகப் பார்த்த கீதா, 'ஒரு விஷயம் சொல்வேன், தப்பா நினைச்சுக்கமாட்டியே' என்றார்.

'என்னம்மா? உங்களைப்போய் நான் எதுக்குத் தப்பா நினைக்கறேன்?'

'அதில்ல, உன் தோழியைப்பத்தி இப்படிச் சொல்றேன்னு நினைச்சுக்காதே, எதார்த்தமான விஷயத்தைச் சொல்றேன், அவ்ளோதான்' என்றார் கீதா. 'பொதுவா, பணம் வந்ததும் மனுஷங்க மாறிடுவாங்கன்னு சொல்வாங்க. எனக்குத் தெரிஞ்ச பல பேர் பெரிய பணக்காரங்களானதும் மத்தவங்களை மதிக்காம அலட்சியமா நடந்துகிட்டதைப் பார்த்திருக்கேன்.'

'அதனால?'

'பரிமளாவைப்பத்தி எனக்கு அவ்வளவாத் தெரியாது. ஆனா, ஒருவேளை, அவளையும் பணம் மாத்தியிருக்குமோன்னு ஒரு கவலை. அதனால சொல்றேன்... அவ உன்னைச் சரியா மதிக்காம, உன்கிட்ட சரியாப் பேசாம இருந்தா, அதை ஒரு பெரிய விஷயமா நினைச்சு வருத்தப்படாதே. சில பேர் அப்படிதான்னு எடுத்துக்கோ, நீ எப்பவும்போல அவமேல அன்பா இரு. புரிஞ்சதா?'

'அம்மா, பரிமளா அப்படியெல்லாம் நடந்துக்கமாட்டா' என்று கோபத்துடன் சொன்னாள் ரம்யா.

'நானும் அப்படிதான் நினைக்கறேன். இருந்தாலும் ஓர் எச்சரிக்கைக்குச் சொன்னேன்' என்று சிரித்தார் கீதா. 'பணம்ன்னு வந்தாப் பலரும் மாறிடறாங்க ரம்யா.'

'நீங்க மாறுவீங்களா?'

'ம்ஹூம், மாறமாட்டேன்!'

'அதெப்படி அவ்வளவு நிச்சயமாச் சொல்றீங்க?'

'ஏன்னா, நான் வள்ளுவரைப் படிச்சிருக்கேன். பணம்ங்கறது ஒரு நிலையில்லாத விஷயம்ன்னு அவர் எனக்குத் தெளிவாச் சொல்லியிருக்கார்' என்றார் கீதா. 'நிலையாமைங்கற அதிகாரத்துல பணத்தைப்பத்தி அவர் என்ன சொல்றார் தெரியுமா?'

> **கூத்தாட்டு அவைக்குழாத்துஅற்றே பெரும்செல்வம்,**
> **போக்கும் அது விளிந்துஅற்று.**

சாலையோரத்துல ஒரு கூத்து நடக்குதுன்னா, அங்கே உடனே பெரிய கூட்டம் சேர்ந்துடும். எல்லாரும் கூத்தைப் பார்த்து ரசிப்பாங்க.

கொஞ்சநேரத்துல, கூத்து முடிஞ்சுடும். உடனே, கூட்டமும் கலைஞ்சுடும். அதுக்கப்புறம் அங்கே யாருமே இருக்கமாட்டாங்க.

பெரிய செல்வம்ங்கறதும் அப்படிதான்ங்கறாரு திருவள்ளுவர். கூத்தாடற இடத்துல கொஞ்சநேரம் கூட்டம் நிக்கறமாதிரி, செல்வம் நம்மகிட்ட கொஞ்சநேரம் இருக்கும், அப்புறம் வேற யார்கிட்டயாவது போயிடும்.

‘இதைப் புரிஞ்சுகிட்டவங்க, தங்கள்கிட்டே செல்வம் இருக்குங்கறதுக்காக அதுக்குப் பெரிய மரியாதை தரமாட்டாங்க; மனுஷங்கதான் முக்கியம்ன்னு நினைப்பாங்க; பிறரை இழிவா நினைக்கமாட்டாங்க. எப்பவும்போல எல்லாரோடயும் இனிமையாப் பழகுவாங்க.’

‘ஆமா, என்னோட பரிமளாவும் அப்படிதான்!’ என்றாள் ரம்யா. ‘அதோ பாரு, நாம வர்றதைப் பார்த்துட்டு நம்மை வரவேற்கறதுக்காக அவளே ஓடி வர்றா!’

47. அறிந்து உதவணும்

'ஐயா, வணக்கம்' என்றார் அந்தப் பெண்மணி.

'வணக்கம்மா, நல்லாயிருக்கீங்களா?' என்று விசாரித்தார் ஜனார்த்தனன். 'உங்க வீட்டுக்காரர் வரலையா?'

'அவர் ஏதோ வேலையா வெளியூர் போயிருக்கார்ங்கய்யா' என்றவர் கொஞ்சம் தயங்கி, 'அவரைப்பத்தித்தான் உங்ககிட்ட கொஞ்சம் பேசணும்' என்றார்.

'சொல்லுங்கம்மா, என்ன விஷயம்?'

ஜனார்த்தனனுக்குப் பக்கத்திலிருந்த ரமேஷையும் கண்ணனையும் பார்த்த அவர் தயங்கினார். 'இல்லைங்கய்யா, நான் அப்புறமா வர்றேன்.'

புரிந்துகொண்ட ரமேஷ் சட்டென்று எழுந்தார், 'நீங்க பேசுங்கம்மா, நான் கொஞ்சம் தோட்டத்தைப் பார்த்துட்டு வர்றேன்' என்று கண்ணனையும் அழைத்துக்கொண்டு நடந்தார்.

'என்னாச்சுப்பா?' என்றான் கண்ணன். 'ஏன் என்னை இங்கே கூட்டிக்கிட்டு வந்துட்டீங்க?'

'அந்தம்மா ஜனார்த்தனன் மாமாகிட்ட ஏதோ தனியாப் பேசணும்ன்னு விருப்பப்படறாங்க. அப்போ நாம அங்கே இருந்தா

நல்லாயிருக்காது' என்றார் ரமேஷ். 'அவங்க பேசட்டும், நாம கொஞ்சநேரம் தோட்டத்தைக் கவனிப்போம், காத்து வாங்குவோம்.'

ரமேஷ் சொன்னது உண்மைதான். இவர்கள் புறப்பட்டு வந்தபிறகு, ஜனார்த்தனனும் அந்தப் பெண்மணியும் ஏதோ தீவிரமாகப் பேசிக்கொண்டிருந்தார்கள். அவர்கள் என்ன பேசுகிறார்கள் என்று தெரிந்துகொள்ள கண்ணனுக்கு ஆவலாக இருந்தது.

சிறிதுநேரத்தில், அவன் அதை மறந்துவிட்டான். விளையாடுவதில் கவனமாகிவிட்டான்.

கால்மணிநேரம் கழித்து, அந்தப் பெண்மணி புறப்பட்டுச்சென்றார். ஜனார்த்தனனும் தோட்டத்துக்கே வந்துவிட்டார், 'மன்னிக்கணும் ரமேஷ், அந்தம்மா தன்னோட கணவரைப்பத்தி ஏதோ சொல்லவந்தாங்க. அதான் தனியாப் பேசணும்ன்னு விரும்பியிருக்காங்க.'

'பரவாயில்லைங்க, நான் புரிஞ்சுகிட்டேன்' என்றார் ரமேஷ். 'இந்தத் தோட்டம் உண்மையிலேயே ரொம்ப அழகா இருக்கு.'

'இதோ, இப்ப வந்தாங்களே, அந்தம்மாவோட கணவர்தான் இந்தத் தோட்டத்தைக் கவனிச்சுக்கறாரு' என்று சிரித்தார் ஜனார்த்தனன். 'அருமையான மனுஷன். ரொம்பக் கடின உழைப்பாளி.'

'அவர் பல வருஷமா ஒரு தொழிற்சாலையிலே வேலை பார்த்துக் கிட்டிருந்தார். சமீபத்துல அந்தத் தொழிற்சாலையை மூடிட்டாங்க. வேலையில்லாம கஷ்டப்பட்டார். அதுக்கப்புறம்தான் நான் அவருக்கு இந்த வேலையைக் கொடுத்தேன்.'

'அருமை. அவர் குடும்பத்துக்கு அது ரொம்ப உதவியா இருந்திருக்குமே.'

'அப்படிதான் நான் நினைச்சேன். ஆனா உண்மை வேறவிதமா இருக்கு' என்று சிரித்தார் ஜனார்த்தனன். 'இந்தம்மா என்ன சொல்றாங்கன்னா, தோட்டவேலைக்கு நான் கொடுக்கற சம்பளத்தையெல்லாம் அவர் குடிச்சே தீர்த்துடறாராம். வீட்டுல எதையும் கொடுக்கறதில்லையாம்.'

'அச்சச்சோ. அப்படியா?'

'ஆமாம். அதனாலதான் அவருக்குக் கொஞ்சம் புத்திசொல்லுங்கன்னு கேக்கறதுக்காக இவங்க இங்கே வந்திருக்காங்க.'

‘நீங்க என்ன சொன்னீங்க?’

‘என்ன சொல்றது? ரொம்ப வருத்தமா இருந்தது. நாம உதவி செய்யறதா நினைச்சு ஏதோ செய்யப்போக, அது அவர் உடம்புக்கு, குடும்பத்துக்குக் கெடுதலா முடியுதேன்னு வருத்தப்பட்டேன். இனிமே அவரோட சம்பளத்தை அந்தம்மாகிட்டயே நேரடியாக் கொடுத்துடறதாச் சொல்லிட்டேன்.’

‘அருமையான யோசனை’ என்றார் ரமேஷ். ‘உங்களுக்கும் வேலை நடக்கும், அதுக்கு நீங்க தர்ற சம்பளம் சாராயக்கடைக்குப் போகாம, அவரோட குடும்பத்துக்கும் பயன்படும்.’

‘உண்மைதான். இனிமே உதவி செய்யும்போது யாருக்குச் செய்யறோம், அவர் எப்படிப்பட்டவர்ன்னு கவனிச்சுட்டுதான் செய்யணும்போல.’

‘நிச்சயமா’ என்றார் ஜனார்த்தனன், ‘நீங்க இவருக்கு உதவி செய்யணும்ன்னு நினைச்சபோது, இவரோட குடிப்பழக்கத்தைப்பத்தி உங்களுக்குத் தெரியலை. அதனால, நீங்க நல்லது செய்ய நினைச்சு இவருக்கு வேலை கொடுக்க, அது அவருக்குக் கெடுதலாகிடுச்சு.

இப்போ, அதே வேலையைக் கொஞ்சம் மாத்தியிருக்கீங்க. வேலை செய், ஆனா சம்பளம் உன் குடும்பத்துக்குதான் போகும்ன்னு சொல்றீங்க. இதன்மூலமா அவரோட பண்புக்கேற்றபடி உங்க உதவியை மாத்திட்டீங்க. இனிமே நீங்க செய்யற உதவிக்கு அர்த்தமிருக்கும், பலனிருக்கும்.

‘ஒருவேளை, அவரோட குடிப்பழக்கத்தைப்பத்தி உங்களுக்குத் தெரியாமலே இருந்திருந்தா? தொடர்ந்து அவருக்குச் சம்பளம் கொடுத்திருப்பீங்க. அவர் மேலும் மேலும் குடிச்சு நோய்ல விழுந்திருப்பார். அவரோட குடும்பமும் கஷ்டப்பட்டிருக்கும். நீங்க செஞ்ச நன்மை, அவங்களுக்குத் தீமையா முடிஞ்சிருக்கும்.

அதுபோல, பல நேரங்கள்ல நாம செய்யற உதவியே சிலருக்கு ஆபத்தா முடிஞ்சுடுது. அதனால, எந்தவோர் உதவியையும் செய்யறதுக்கு முன்னாடி, அவரோட பண்பு என்னன்னு தெரிஞ்சுக்கணும். அதுக்கப்புறம் அந்தப் பண்புக்குப் பொருத்தமான உதவியைத்தான் செய்யணும். இதைத்தான் திருவள்ளுவரும் சொல்றாரு, தெரிந்துசெயல்வகைங்கற அதிகாரத்துல:

நன்று ஆற்றலுள்ளும் தவறு உண்டு. அவர் அவர்
பண்பு அறிந்து ஆற்றாக்கடை.

நல்லதைச் செய்யும்போதுகூட, கவனமாதான் செய்யணும். யாருக்கு நல்லது செய்யறமோ அவரோட பண்பை அறிஞ்சு உதவணும். இல்லாட்டி, அதுவும் தவறாகிட வாய்ப்புண்டு.’

48. பிறருக்காக...

திருமண மண்டபம் கொண்டாட்டமாக இருந்தது.

பொதுவாகத் திருமணம் என்றாலே கொண்டாட்டம்தான். ஆனால், இப்படியொரு மகிழ்ச்சிமயமான திருமண விழாவை ரம்யா பார்த்ததே இல்லை. எங்கே பார்த்தாலும் புன்னகை, எல்லாரும் ஆனந்தமாக ஒருவரோடொருவர் பேசிக்கொண்டும் சிரித்துக்கொண்டும் அங்குமிங்கும் ஓடிக்கொண்டும் இருந்தார்கள். ஒவ்வொரு வேலையையும் இழுத்துப்போட்டுக்கொண்டு செய்தார்கள்.

ரம்யாவுடன் வந்த கீதாவும் சட்டென்று அந்த மகிழ்ச்சியில் கலந்து விட்டார். பலரைத் தேடிச்சென்று நலம் விசாரிக்கத்தொடங்கினார்.

சிறிது நேரத்துக்குப் பிறகு, ரம்யாக்குச் சலிப்பாகிவிட்டது. அவளுக்குத் தெரிந்தவர்கள் யாரும் அங்கே இல்லையே!

கண்ணாடி போட்ட மூதாட்டி ஒருவரிடம் அன்பாகப் பேசிக்கொண்டிருந்த கீதாவுக்கு அருகே சென்று நின்றாள் ரம்யா. தான் இருப்பதை அவருக்கு உணர்த்துவதுபோல் செருமினாள்.

ம்ஹூம், கீதா கண்டுகொள்ளவே இல்லை. அங்கிருந்து இன்னொருவரிடம் சென்று பேசத்தொடங்கிவிட்டார்.

ரம்யா அங்கேயும் சென்று நின்றாள்; செருமினாள். இப்படிப் பலமுறை முயன்றபிறகு, கீதா அவளைத் திரும்பிப் பார்த்தார், 'என்னாச்சு?'

‘அம்மா, எனக்கு இங்கே பேசறதுக்கு யாருமே இல்லை’ என்று தணிந்த குரலில் சிணுங்கினாள் ரம்யா, ‘அப்பாவும் கண்ணனும் இன்னும் வரலை, நீ என்னடான்னா யார்யார்கிட்டயோ பேசிக்கிட்டிருக்கே. நான் என்ன செய்யறதுன்னு தெரியாம முழிச்சுக்கிட்டிருக்கேன்!’

‘அடடா, நான் அதை மறந்துட்டேனே!’ என்று ரம்யாவின் தோளில் கை போட்டுக்கொண்டார் கீதா. ‘மன்னிச்சுடுடா, எல்லாரையும் ரொம்பநாள் கழிச்சுப் பார்க்கறேனா, அந்தப் பரவசம்தான்.’

‘நீமட்டுமில்லைம்மா, இங்கே எல்லாருமே ரொம்பப் பரவசமா இருக்கறமாதிரி தெரியுது’ என்றாள் ரம்யா, ‘அதுக்கு என்ன காரணம்?’

‘அது ஒரு பெரிய கதை’ என்றார் கீதா. அடுத்த வாக்கியத்தைப் பேசுவதற்குள் ரமேஷ், கண்ணன் இருவரும் வந்துவிட்டார்கள். ‘அம்மா’ என்று கீதாவிடம் ஓடிவந்தான் கண்ணன்.

‘வாங்க வாங்க’ என்று வரவேற்றபடி அவனைக் கட்டிக்கொண்டார் கீதா. ‘ஏன் இவ்ளோ நேரம்? பேருந்து கிடைக்கலையா?’

‘அதெல்லாம் இருக்கட்டும், ஏதோ கதைன்னு சொன்னீங்களே, அதைச் சொல்லுங்க’ என்றாள் ரமேஷ்.

‘சொல்றேன்’ என்று சிரித்தார் கீதா, ‘அதோ, மேடையில மணக்கோலத்துல இருக்காளே, அந்தப் பொண்ணு யாரு?’

‘நம்ம விமலா அக்காதானே?’

‘ஆமா, அவளோட கதை தெரியுமா உனக்கு?’

‘தெரியாதே... சொல்லுங்க, தெரிஞ்சுக்கறேன்.’

‘விமலா ரொம்ப நல்லாப் படிக்கற பொண்ணு; பள்ளிக்கூடத்துல, கல்லூரியில, எங்கயும் அவதான் முதல் மதிப்பெண். படிச்சு முடிச்சுட்டுப் பிரமாதமான வேலையிலே சேர்ந்தா. ரொம்ப நல்ல சம்பளம் வாங்கினா.

உடனே, அவளோட அப்பா, அம்மா அவளுக்கு மாப்பிள்ளை பார்க்க ஆரம்பிச்சுட்டாங்க. ஆனா, அவ அதை மறுத்துட்டா. என் கல்யாணத்துக்கு என்ன அவசரம், அப்புறமாப் பார்த்துக்கலாம்ன்னு சொல்லிட்டா. ஏன் தெரியுமா?’

'விமலாவுக்கப்புறம் அவளுக்கு ரெண்டு தம்பி, ஒரு தங்கை இருந்தாங்க. எல்லாரும் அப்பதான் பள்ளிக்கூடம், கல்லூரியில சேர்ந்து படிச்சுக்கிட்டிருந்தாங்க. அவங்களோட படிப்புக்கு, மத்த செலவுகளுக்கெல்லாம் பணம் வேண்டாமா? விமலாவோட அப்பாவும் வேலையிலேர்ந்து ஓய்வு பெற்றுட்டார். அவங்களுக்குப் பெரிய சேமிப்பும் இல்லை.

இந்த நிலைமையிலே, அவங்க விமலாவுக்குக் கல்யாணம் செஞ்சுவைக்கணும்ன்னா, வீட்ல இருக்கிற எல்லாத்தையும் வித்தாகணும்; கடன் வாங்கணும்; அதிலேர்ந்து மீண்டு வர்றதுக்குப் பலப்பல வருஷங்களாயிடும். கடன் சுமைக்கு நடுவிலே விமலாவோட தம்பிங்களும் தங்கையும் எப்படிப் படிப்பாங்க?

'இதையெல்லாம் யோசிச்ச விமலா, தான் உடனே கல்யாணம் செஞ்சுக்கறதில்லைன்னு தீர்மானிச்சா. தன்னோட சம்பளத்தைச் சிக்கனமாச் செலவுசெஞ்சு, மிஞ்சினதைச் சேர்த்துவெச்சுத் தம்பி, தங்கைங்களைப் படிக்கவெச்சா, அப்பா, அம்மாவை நல்லபடியாப் பார்த்துக்கிட்டா.

'எனக்கு அவளை ஏழெட்டு வருஷமாத் தெரியும். இத்தனை நாள்ல அவ தனக்குன்னு எதையும் செஞ்சுகிட்டதில்லை; குடும்பத்துக்காகவே உழைச்சா; அவங்களை முன்னேத்தினா.'

'இப்போ, விமலாவோட ரெண்டு தம்பிங்களும் வேலைக்குப் போய் நல்லாச் சம்பாதிக்கறாங்க; அவளோட தங்கச்சிக்கும் வேலை கிடைச்சுடுச்சு. அதனால, எல்லாரும் சேர்ந்து விமலாவுக்குப் பிரமாதமான வரனைப் பார்த்துக் கல்யாணம் செஞ்சுவைக்கறாங்க.

சுத்திப் பாரு, ஒவ்வொருத்தர் முகத்துலயும் எவ்ளோ மகிழ்ச்சி. இத்தனை வருஷமா விமலா இந்தக் குடும்பத்தைத் தாங்கினா; இப்போ இவங்க அவளைத் தாங்கறாங்க' என்ற கீதா நெகிழ்வோடு விமலாவின் முகத்தையே பார்த்துக்கொண்டிருந்தார். 'இந்த மாதிரி குடும்பத்துக்காக உழைக்கிற ஆண்களும் பெண்களும் உலகம்முழுக்க இருக்காங்க ரம்யா, அவங்க தங்களுக்குன்னு எதையும் செஞ்சுக்காம குடும்பத்துக்குத் தூணா நிக்கறாங்க, அவங்களைத் துன்பத்திலேர்ந்து காப்பாத்தறாங்க.'

இது ஒண்ணும் புது விஷயமில்லை. திருவள்ளுவர் காலத்திலயே இப்படிப்பட்டவங்கல்லாம் இருந்திருக்காங்கபோல என்று சிரித்தார்

கீதா, 'ஆள்வினையுடைமைங்கற அதிகாரத்துல திருவள்ளுவர் இவங்களைப்பத்தி ஒரு திருக்குறள் எழுதியிருக்கார்:

இன்பம் விழையான், வினை விழைவான், தன் கேளிர்
துன்பம் துடைத்து ஊன்றும் தூண்.

ஒருத்தர் தன்னோட இன்பத்தை முக்கியமா நினைக்காம, தான் மேற்கொண்ட வேலையைமட்டும் கவனிச்சுப் பொருள் சேர்த்தார்ன்னா, அவர் பெரிய அளவுல முன்னுக்கு வருவார், தன்னோட குடும்பத்தையே முன்னுக்குக் கொண்டுவந்துடுவார், தன்னோட உறவினர்களையெல்லாம் அரவணைச்சுக்குவார், தூண்போல அவங்களைத் தாங்கிநிப்பார்.'

'அம்மா, இந்த சாக்குல விமலா அக்காவைத் தூண்மாதிரின்னு கேலி பண்ணாதீங்க; அவங்க ஒண்ணும் அவ்ளோ குண்டு இல்லை!' என்று குறும்பாகச் சிரித்தாள் ரம்யா.

'ஏய், நான் அந்தத் தூணைச் சொல்லலை' என்று ரம்யாவைச் செல்லமாகக் கோபித்தார் கீதா. 'இந்தமாதிரி ஆட்களைப் பார்க்கும்போது, நாமும் சுயநலத்தை மறந்து எல்லாருக்காகவும் வாழணும்ன்னு தோணுதுதானே!'

ரம்யா, கண்ணன், ரமேஷ் மூவரும் ஒரே குரலில் சொன்னார்கள், 'கண்டிப்பா!'

(நிறைவடைந்தது)

★★★

தெளிவான எழுத்தும் ஆழமான ஆய்வும் நிறைந்த நூல்களுக்காகத் தமிழ் வாசகர்களிடையில் நன்கு அறியப்பட்டுள்ள என். சொக்கன் - புனைவு, வாழ்க்கை வரலாறு, நிறுவன வரலாறு, தன்னம்பிக்கை, சிறுவர் இலக்கியம் உள்ளிட்ட துறைகளில் இதுவரை எழுபதுக்கும் மேற்பட்ட நூல்கள், நூற்றுக்கணக்கான கதைகள், கட்டுரைகளை எழுதியுள்ளார். விரிவான ஆய்வுகள், சான்றுகளின் அடிப்படையிலான ஆழமான வரலாற்று நூல்களைத் தமிழில் எழுத இயலும், அவற்றைப் பெரும்பான்மை வாசகர்களுக்குக் கொண்டுசேர்க்கவும் இயலும் என்பதைப் பலமுறை நிரூபித்த எழுத்து வகை இவருடையது.

தமிழ், ஆங்கிலம் ஆகிய இரு மொழிகளிலும் எழுதும் சொக்கனுடைய நூல்கள் ஹிந்தி, கன்னடம், மலையாளம் உள்ளிட்ட பல மொழிகளில் மொழிபெயர்ப்பாகியுள்ளன.

www.ingramcontent.com/pod-product-compliance
Lightning Source LLC
LaVergne TN
LVHW100817051026
849519LV00006B/2108
* 9 7 8 9 3 9 5 7 3 1 3 2 4 *